TRUNG A-HÀM
TỔNG LỤC

GIÁO HỘI PHẬT GIÁO VIỆT NAM THỐNG NHẤT
HỘI ĐỒNG PHIÊN DỊCH TAM TẠNG LÂM THỜI

ĐẠI TẠNG KINH VIỆT NAM

TRUNG A-HÀM TỔNG LỤC

Biên Soạn: TUỆ SỸ

HỘI ĐỒNG HOẰNG PHÁP
PL 2565 – DL 2022

ĐẠI TẠNG KINH VIỆT NAM
TRUNG A-HÀM, TỔNG LỤC
TUỆ SỸ *Biên Soạn*

Ban Báo Chí & Xuất Bản Hội Đồng Hoằng Pháp
Ấn hành lần thứ nhất, quý II/2022

Trách nhiệm xuất bản: Thích Hạnh Viên
Sửa bản in: Thích Nguyên An, Tâm Huy, Thích Hạnh Viên
Trình bày: Nguyên Đạo, Quảng Hạnh Tuệ
Thiết kế bìa: Quảng Pháp, Nhuận Pháp

https://hoangphap.org

Copyright © 2022. All rights reserved - Bản quyền thuộc về
Hội Ấn Hành Đại Tạng Kinh Việt Nam | Vietnamese Tripitaka Foundation

MỤC LỤC

Giới thiệu công trình phiên dịch Đại Tạng Kinh Việt Nam ... vii

Duyên khởi ... xxvii

Phàm lệ ... xxxv

Bảng viết tắt ... 40

Trung A-hàm Tổng Lục: Tiểu Sử Truyền Dịch ... 43

Thư mục đối chiếu Hán - Pali:
Trung A-hàm – *Majjhimanikaya* ... 57

Hán Dịch Đơn Hành Bản ... 105

Thư mục đối chiếu Pali - Hán:
Majjhimanikaya – Trung A-hàm ... 123

Từ vựng Pali-Hán ... 147

GIỚI THIỆU CÔNG TRÌNH PHIÊN DỊCH ĐẠI TẠNG KINH VIỆT NAM

> *Yo vo, ānanda,*
> *mayā dhammo ca vinayo ca desito paññatto,*
> *so vo mamaccayena satthā.**

I. SƠ LƯỢC QUÁ TRÌNH PHIÊN DỊCH

Trước khi nhập Niết-bàn, đức Phật có di giáo tối hậu cho các chúng đệ tử: "Pháp và Luật mà Ta đã thuyết và quy định, là Đạo Sư của các ngươi sau khi Ta diệt độ." Phụng hành di giáo của đức Thế Tôn, các vị Trưởng lão A-la-hán đã thực hiện cuộc kiết tập lần thứ nhất tại thành Vương Xá, cùng hòa hiệp phúng tụng tất cả những điều đã được Phật giảng dạy trong suốt bốn mươi lăm năm giáo hóa; nền tảng của văn hiến Phật giáo mà về sau được gọi là Tam tạng được thành lập từ đó.

---

* Này *Ānanda*! Pháp và Luật mà Ta đã thuyết và qui định, là Đạo Sư của các ngươi sau khi Ta diệt độ.

Kể từ đó, giáo pháp của đức Thích Tôn theo bước chân du hóa của các Thánh đệ tử lan tỏa khắp bốn phương. Nơi nào Giáo pháp được truyền đến, nơi đó bốn chúng đệ tử học tập và hành trì theo phương ngôn của bản địa, như điều đã được đức Phật chỉ giáo: *anujānāmi, bhikkhave, sakāya niruttiyā buddhavacanaṃpariyāpuṇitun"ti.* "Này các tỳ-kheo, Ta cho phép các ngươi học Phật ngôn bằng chính phương ngữ của mình." Y cứ theo lời dạy này, ngay từ khởi thủy Phật ngôn đã được chuyển thể qua nhiều phương ngữ khác nhau. Khi các bộ phái Phật giáo phát triển, mỗi bộ phái cố gắng thành lập Tam tạng Thánh điển theo phương ngữ của địa phương được xem là căn cứ địa. Khi mà hệ thống văn tự tại cổ Ấn Độ chưa phổ biến, sự lưu truyền Thánh điển bằng khẩu truyền là phương tiện chính. Do khẩu truyền, những biến âm do khẩu âm của từng địa phương khác nhau thỉnh thoảng cũng ảnh hưởng đến một vài thay đổi nhỏ trong các văn bản. Những biến thiên âm vận ấy trong nhiều trường hợp dẫn đến những giải thích khác nhau về một điểm giáo nghĩa giữa các bộ phái. Tuy nhiên, nhìn từ đại thể, các giáo nghĩa trọng yếu vẫn được hiểu và hành trì như nhau giữa tất các các truyền thống, nam phương cũng như bắc phương. Điều có thể được khẳng định qua các công trình nghiên cứu tỉ giảo về văn bản trong hai nguồn văn hệ Phật giáo hiện tại: Pali và Hán tạng. Các bản Hán dịch xuất xứ từ A-hàm, và các bản văn Pali hiện đọc được, đại bộ phận đều tương ưng với nhau. Do đó, những điều được cho là dị biệt giữa hai truyền thống nam và bắc phương, mà thường hiểu lệch lạc là Tiểu thừa và Đại thừa, chỉ là sự khác biệt bởi môi trường lịch sử văn minh theo các địa phương và dân tộc. Đó là sự khác biệt giữa nguyên thủy và phát triển. Phật pháp truyền sang phương nam, đến các nước Nam Á, nơi đó sự phát triển văn minh và các định chế xã hội chưa đến mức phức tạp, nên giáo pháp của Phật được hiểu và hành gần với nguyên thủy. Về phương bắc, tại các vùng đông bắc Ấn, và tây bắc Trung Quốc, nhiều chủng tộc dị biệt, nhiều nền văn hóa khác nhau, và do đó cũng xuất hiện nhiều định chế xã hội khác nhau. Phật pháp được truyền vào đó, một thời đã trở thành quốc giáo của nhiều nước. Thích ứng theo sự phát triển của đất nước ấy, từ ngôn ngữ, phong tục, định chế xã hội, giáo pháp của đức Phật cũng dần dần được bản địa hóa.

Thánh điển Tam tạng là nguồn suối cho tất cả nhận thức về Phật pháp, để học tập và hành trì, cũng như để nghiên cứu. Kinh tạng và Luật tạng là tập đại thành Pháp và Luật do chính đức Phật giảng dạy và quy định, là sở y cho tri thức và hành trì của Thánh đệ tử để tiến tới thành tựu cứu cánh Minh và Hành. Kinh và Luật cũng bao gồm những diễn giải của các Thánh đệ tử được thân truyền từ kim khẩu của đức Phật. Luận tạng, theo truyền thống Thượng tọa bộ nam phương, và cũng theo truyền thống Hữu bộ, do chính đức Phật thuyết. Nhưng các đại luận sư như Thế Thân (*Vasubandhu*), cũng như hầu hết các nhà nghiên cứu Phật học trên thế giới hiện đại, đều không công nhận truyền thuyết này, mà cho rằng đó là tập đại thành các công trình phân tích, quảng diễn, và hệ thống hóa những điều đã được Phật thuyết trong Pháp và Luật. Kinh và Luật tạng được thành lập trong một khoảng thời gian nhất định, trực tiếp hoặc gián tiếp từ kim khẩu của Phật, và là sở y chung cho tất cả các bộ phái Phật giáo, bao gồm cả Phật giáo Đại thừa, mặc dù có những sai biệt do vấn đề truyền khẩu với các khẩu âm và phương ngữ khác nhau, theo thời gian và địa vức.

Luận tạng là bộ phận Thánh điển phản ánh lịch sử phát triển của Phật giáo, bao gồm các phương diện tín ngưỡng tôn giáo, tư duy triết học, nghiên cứu khoa học, định chế và tổ chức xã hội chính trị. Tổng quát mà nói, đó không chỉ là phản ánh lịch sử phát triển của nội bộ Phật giáo, mà trong đó cũng phản ánh toàn bộ văn minh tại những nơi mà giáo lý của đức Phật được truyền đến. Điều này cũng được chứng minh cụ thể bởi lịch sử Việt Nam.

Mỗi bộ phái Phật giáo tự xây dựng cho mình một nền văn hiến Luận tạng riêng biệt, tập hợp các luận giải giáo nghĩa, bảo vệ kiến giải Phật pháp của mình, bài trừ các quan điểm dị học. Đây là nền văn hiến đồ sộ, liên tục phát triển trên nhiều khu vực địa lý khác nhau. Cho đến khi Hồi giáo bành trướng tại Ấn Độ, Phật giáo bị đào thải. Một bộ phận văn hiến Phật giáo được chuyển sang Tây Tạng, qua các bản dịch Phạn Tạng, và một số lớn nguyên bản Phạn văn được bảo trì. Một bộ phận khác, lớn nhất, gần như hoàn chỉnh nhất, văn hiến Phật giáo được chuyển dịch sang Hán tạng, bao gồm hầu hết mọi xu hướng tư tưởng dị biệt của Phật giáo phát triển trong lịch sử Ấn Độ, từ Nguyên thủy, Bộ phái, Đại thừa, cho đến Mật giáo.

Truyền thuyết ghi rằng Phật giáo được truyền vào Trung Hoa dưới đời Hán Minh Đế, niên hiệu Vĩnh bình thứ 10 (Tl. 65), và bản kinh Phật đầu tiên được dịch sang Hán văn là Kinh Tứ thập nhị chương, do Ca-diếp Ma-đằng và Trúc Pháp Lan. Nhưng truyền thuyết này không được nhất trí hoàn toàn giữa các nhà nghiên cứu lịch sử Phật giáo Trung Quốc. Điều chắc chắn là Khương Tăng Hội, quê quán Việt Nam, xuất phát từ Giao Chỉ (Việt Nam), đã đưa Phật giáo vào Giang Tả, miền Nam Trung Hoa. Các công trình phiên dịch và chú giải của Khương Tăng Hội đã chứng tỏ rằng trước đó, tức từ năm thứ 247 kỷ nguyên Tây lịch, thời gian được nói là Tăng Hội vào đất Kiến nghiệp, quy y cho Tôn Quyền, Phật giáo đã phát triển đến một hình thái nhất định tại Việt Nam, cùng một số kinh Phật được phiên dịch. Điều này cũng được củng cố thêm bởi những điều được ghi chép trong Mâu Tử Lý Hoặc Luận. Có lẽ do hậu quả của thời kỳ Bắc thuộc, hầu hết những điều được tìm thấy trong hành trạng của Khương Tăng Hội và trong ghi chép của Mâu Tử đều bị xóa sạch. Chỉ tồn tại những gì được ghi nhận là truyền từ Trung Quốc.

Dịch giả Phạn Hán đầu tiên tại Trung Quốc được khẳng định là An Thế Cao (đến Trung Quốc trong khoảng Tl. 147 – 167). Tất nhiên trước đó hẳn cũng có các dịch giả khác mà tên tuổi không được ghi nhận. Lương Tăng Hựu căn cứ trên bản Kinh lục xưa nhất của Đạo An (Tl. 312 - 385) ghi nhận có chừng 134 kinh không rõ dịch giả; và do đó cũng không xác định trước hay sau An Thế Cao.

Sự nghiệp phiên dịch Phật kinh Phạn Hán liên tục từ An Thế Cao, cho đến các đời Minh, Thanh được tập thành trong 32 tập của Đại Chánh, bao gồm Thánh điển Nguyên thủy, Bộ phái, Đại thừa, Mật giáo, 1692 bộ. Những trước tác của Trung Hoa, từ sớ giải, luận giải, cho đến sử truyện, du ký, v.v., tập thành từ tập 33 đến 55 trong Đại Chánh, gồm 1492 tác phẩm. Số tác phẩm được ấn hành trong Tục tạng chữ Vạn còn nhiều hơn thế nữa. Đây là hai bản Hán tạng tương đối đầy đủ nhất, trong đó tạng Đại Chánh được sử dụng rộng rãi trên quy mô thế giới.

Sự nghiệp phiên dịch Kinh điển ở nước ta được bắt đầu rất sớm, có thể trước cả thời Khương Tăng Hội, mà dấu vết có thể tìm thấy trong *Lục độ tập kinh*. Ngôn ngữ phiên dịch của Khương Tăng Hội là Hán văn. Hiện chưa có phát hiện nào về các bản dịch Kinh Phật bằng tiếng quốc âm. Suốt trong thời kỳ Bắc thuộc, do nhu cầu tinh thông Hán văn như là sách lược cấp thời để đối phó sự đồng hóa của phương bắc, Hán văn trở thành ngôn ngữ thống trị. Vì vậy công trình phiên dịch Kinh điển thành quốc âm không thể thực hiện. Bởi vì, công trình phiên dịch Tam tạng tại Trung Hoa thành tựu đồ sộ được thấy ngay, chủ yếu do sự bảo trợ của triều đình. Quốc âm chỉ được dùng như là phương tiện hoằng pháp trong nhân gian.

Cho đến thời Pháp thuộc, trước tình trạng vong quốc và sự đe dọa bởi văn hóa xâm lược, văn hóa dân tộc có nguy cơ mất gốc, cho nên sơn môn phát động phong trào chấn hưng Phật giáo, phổ biến kinh điển bằng tiếng quốc ngữ qua ký tự La-tinh. Từ đó, lần lượt các Kinh điển quan trọng từ Hán tạng được phiên dịch theo nhu cầu học và tu của Tăng già và Phật tử tại gia. Phần lớn các Kinh điển này đều thuộc Đại thừa, chỉ một số rất ít được trích dịch từ các A-hàm. Dù Đại thừa hay A-hàm, các Kinh Luận được phiên dịch đều không theo một hệ thống nào cả. Do đó sự nghiên cứu Phật học Việt Nam vẫn chưa có cơ sở chắc chắn. Mặt khác, do ảnh hưởng ngữ pháp Phạn, các bản dịch Hán hàm chứa một số vấn đề ngữ pháp Phạn Hán khiến cho ngay cả các nhà chú giải Kinh điển lớn như Cát Tạng, Trí Khải cũng phạm phải rất nhiều sai lầm. Chính Ngạn Tông, người tổ chức dịch trường theo lệnh của Tùy Dạng đế đã nêu lên một số sai lầm này. Cho đến Huyền Trang, vì phát hiện nhiều sai lầm trong các bản Hán dịch nên quyết tâm nhập Trúc cầu pháp, bất chấp lệnh cấm của triều đình và các nguy hiểm trên lộ trình.

Ngày nay, do sự phát hiện nhiều bản Kinh Luận quan trọng bằng tiếng Sanskrit, cũng như sự phổ biến ngôn ngữ Tây Tạng, mà phần lớn Kinh điển Sanskrit được phiên dịch, nên nhiều công trình chỉnh lý được thực hiện cho các bản dịch Phạn Hán. Thêm vào đó, do sự phổ biến ngôn ngữ Pali, vốn được xem là ngôn ngữ Thánh điển gần với nguyên thuyết nhất, một số sai lầm trong các bản dịch A-hàm cũng được chỉnh lý, và tỉ giáo, khiến cho lời dạy của Đức Thích Tôn được thọ trì một cách trong sáng hơn.

Trên đây là những nhận thức cơ bản để Ban phiên dịch Đại Tạng Kinh Việt Nam y theo đó mà thực hiện các bản dịch. Trước hết, là bản dịch các kinh A-hàm đang được giới thiệu ở đây. Các kinh thuộc bộ A-hàm được dịch sang Hán rất sớm, kể từ thời Hậu Hán với An Thế Cao. Nhưng phần lớn các truyền bản này đều phát xuất từ Tây vực, từ các nước Phật giáo thịnh hành thời đó như Quy-tư, Vuđiền. Do khẩu âm và phương ngữ nên trong các truyền bản được nói là Phạn văn đã hàm chứa khá nhiều sai lạc. Điều này có thể thấy rõ qua sự so sánh các đoạn tương đương Pali, hay các dẫn chứng trong Đại Tì-bà-sa, Du-già sư địa. Thêm vào đó, các dịch giả hầu hết đều học Phật và học tiếng Sanskrit tại các nước Tây Vực chứ không trực tiếp tại Ấn Độ như La-thập và Huyền Trang, nên trình độ ngôn ngữ Phạn có hạn chế. Các vị ấy khi vừa đặt chân lên Trung Hoa, do khát vọng thâm thiết của các Phật tử Trung Hoa, muốn có thêm kinh Phật để học và tu, cho nên trong khi chưa tinh thông tiếng Hán, mà công trình phiên dịch lại được thôi thúc cần thực hiện. Vì không tinh thông Hán ngữ nên công tác phiên dịch luôn luôn qua trung gian một người chuyển ngữ. Quá trình phiên dịch đi qua nhiều giai đoạn mà chính người chủ dịch không thể quán triệt, cho nên trong các bản dịch hàm chứa những đoạn văn rất tối nghĩa, và nhiều khi nhầm lẫn. Trong tình hình như vậy, một bản dịch Việt từ Hán đòi hỏi rất nhiều tham khảo để hy vọng tiếp cận với nguyên bản Sanskrit đã thất lạc, và cũng từ đó mà hy vọng có thể tiếp cận với lời Phật dạy hơn, điều mà các bản Hán dịch do trở ngại ngôn ngữ đã không thể thực hiện được.

Đại Tạng Kinh Việt Nam chủ yếu căn cứ trên Đại Chánh Đại Tạng Kinh, Nhật Bản, gồm 100 tập, được biên tập khởi đầu từ niên hiệu Đại Chánh (Taisho) thứ 11, Tl. 1922, cho đến niên hiệu Chiêu Hòa (Showa) thứ 9, Tl. 1934, tập hợp trên 100 nhà nghiên cứu Phật học hàng đầu của Nhật Bản, dưới sự chủ trì của Cao Nam Thuận Thứ Lang (Takakusu Junjiro) và Độ Biên Hải Húc (Watanabe Kaigyoku). Để bản sử dụng là bản in của chùa Hải Ấn, Triều Tiên, được gọi là bản Cao-lệ. Công trình chỉnh lý văn bản căn cứ các khắc bản Tống, Nguyên, Minh, cùng một số khắc bản và thủ bản tại Hoa và Nhật khác như tả bản Thiên Bình, bản Liêu của Cung nội sảnh, bản chùa Đại Đức, bản chùa Vạn Đức, v.v. Một số bản văn được phát hiện tại các vùng trong Tây Vực như Vu Điền, Đôn Hoàng, Quy Tư, Cao Xương, cũng được dùng làm tham khảo. Nhiều đoạn văn từ Pali và Sanskrit cũng được dẫn dưới cước chú để đối chiếu đoạn Hán dịch mà người biên tập nghi ngờ là không chính xác hoặc thuộc về dị bản nào đó.

Nội dung Đại tạng Đại Chánh được phân làm ba phần chính: phần thứ nhất, gồm 32 tập, là các bản dịch Phạn Hán bao gồm Kinh, Luật, Luận, được thuyết bởi chính kim khẩu của Phật, hay được kiết tập bởi các Thánh đệ tử, hoặc được trước tác bởi các Luận sư. Phần thứ hai, từ Đại Chánh tập 33 đến tập 55, trước tác của Trung Hoa, bao gồm các sớ giải Kinh, Luật, Luận, và luận thuyết riêng biệt của các tông phái Phật giáo Trung Hoa, các sử truyện, truyện ký, du ký, truyền kỳ; các bản Hán dịch thuộc ngoại giáo như Thắng luận, Số luận, Ba tư giáo, Thiên chúa giáo, các tập ngữ vựng Phạn Hán, giáo khoa Phạn Hán, các Kinh lục. Phần thứ ba, từ tập 56 đến 85, tập hợp các trước tác của Nhật Bản, gồm các sớ giải Kinh, Luật, Luận, phần lớn căn cứ trên các bản sớ giải Trung Hoa mà giải nghĩa rộng thêm, và các luận thuyết của các tông phái tại Nhật Bản. Còn lại 12 tập sưu tập các đồ tượng, tranh ảnh, phần lớn là các đồ hình mạn-đà-la của Mật tông. 3 tập cuối, tổng mục lục, liệt kê nội dung các bản Đại tạng lưu hành.

Ban phiên dịch Đại Tạng Kinh Việt Nam chọn Đại Chánh tạng làm để bản, phiên dịch tất cả tác phẩm được ấn hành trong đó. Phàm lệ để thực hiện bản dịch tạm thời được quy định như sau:

1. Đại Tạng Kinh Việt Nam bao gồm tất cả các bản dịch tiếng Việt của Tam Tạng Kinh Điển Phật giáo đã xuất hiện ở nước ta từ trước đến nay, qua các thời kỳ với nhiều dịch giả khác nhau, để cho thấy quá trình hình thành Đại Tạng Kinh Việt Nam qua lịch sử.

2. Về bản đáy, bản dịch Việt căn cứ trên ấn bản Đại Chánh Tân Tu Đại Tạng Kinh 100 tập, mỗi tập trên dưới 1000 trang chữ Hán cỡ 10pt và sẽ được đánh số theo thứ tự của số ghi trong bản in Đại Chánh. Mỗi trang của bản in Đại chính được chia làm ba cột: a, b, c. Số trang và cột này đều được ghi trong bản dịch để tiện tham khảo.

3. Vì thế, một bản kinh chữ Hán có thể có nhiều bản dịch tiếng Việt, nên sau số thứ tự của Đại Chánh, sẽ đánh thêm các mẫu tự A, B, C... để phân biệt các bản dịch tiếng Việt khác nhau của cùng một bản kinh chữ Hán đó.

4. Về xử lý văn bản trong khi phiên dịch, phần lớn căn cứ công trình hiệu đính và đối chiếu của bản Đại Chánh. Ngoài ra, tham khảo thêm các công trình hiệu đính và đối chiếu khác.

5. Giữa các ấn bản có những điểm khác nhau, bản Việt sẽ lựa chọn hoặc hiệu đính theo nhận thức của người dịch.

6. Trong bản Hán, nếu chỗ nào xét thấy văn dịch hay từ ngữ không phù hợp với giáo nghĩa truyền thống phổ biến,

người dịch sẽ tham khảo các Kinh, Luật, Luận cần thiết để hiệu chính. Những hiệu chính này được giải thích ở phần cước chú.

7. Bản Hán dịch thực hiện căn cứ phần lớn trên sự truyền khẩu. Do đó những từ phát âm tương tự dễ đưa đến ngộ nhận, như *sam* Pāli hay *sama* và *samyak*; *cala* và *jala*; *muti* và *muṭṭhi*, v.v... Trong những trường hợp này, người dịch sẽ tham chiếu các kinh tương đương, các bản Hán biệt dịch, suy đoán tự dạng nguyên thủy có thể có trong Phạn bản để hiệu chính. Những hiệu chính này đều được ghi ở phần cước chú.

8. Do các truyền bản khác nhau giữa các bộ phái, để có nhận thức về giáo nghĩa nguyên thủy, chung cho tất cả, cần có những nghiên cứu đối chiếu sâu rộng. Công việc này ngoài khả năng hiện tại của các dịch giả. Tuy nhiên, trong trường hợp có thể, những điểm dị biệt giữa các truyền bản sẽ được ghi nhận và đối chiếu. Những ghi nhận này được nêu ở phần cước chú.

9. Bản Hán dịch được phân thành số quyển. Bản dịch Việt không chia số quyển như vậy, nhưng sẽ ghi ở phần cước chú mỗi khi bắt đầu một quyển khác.

10. Các từ Phật học trong một số bản Hán dịch nếu không phổ biến, do đó có thể gây khó khăn cho việc đọc và nghiên cứu, trong các trường hợp như vậy, tuy vẫn giữ nguyên dịch ngữ của bản Hán, nhưng dịch ngữ tương đương thông dụng hơn sẽ được ghi trong phần cước chú. Trong trường hợp có thể, sẽ ghi luôn dịch giả của những

dịch ngữ này và xuất xứ của chúng từ bản dịch nào để tiện việc tham khảo.

11. Các kinh sách tham khảo trong cước chú đều được viết tắt theo quy định phổ thông của giới nghiên cứu quốc tế; xem quy định về viết tắt ở cuối mỗi tập của Đại tạng kinh Việt Nam.

II. PHƯƠNG ÁN THỰC HIỆN

Dự án thực hiện bao gồm các công trình phiên dịch, biên tập, và ấn hành, một Hội Đồng phiên dịch Đại Tạng Kinh Việt Nam được thành lập, được điều phối bởi Tổng biên tập, với các nhiệm vụ được phân phối như sau:

1. Ủy ban Phiên dịch. Để hoàn tất một bản dịch, các công tác sau đây cần được thực hiện:

a. Phiên dịch trực tiếp: Các văn bản lần lượt được phân phối đến các vị có trình độ Hán văn tương đối, kiến thức Phật học cơ bản, và khả năng ngôn ngữ cần thiết, phiên dịch trực tiếp từ Hán sang Việt.

b. Hiệu đính và chú thích: nhiệm vụ chủ yếu của phần hiệu chính là đọc lại bản dịch thô và bổ túc những sai lầm có thể có trong bản dịch. Trong thực tế, người hiệu đính còn phải làm nhiều hơn thế nữa.

Trước hết là phần chỉnh lý văn bản. Phần này đáng lý phải thực hiện trước khi phiên dịch. Việc chỉnh lý văn bản thoạt tiên có vẻ đơn giản, vì người dịch chỉ lưu ý một số nhầm lẫn trong việc khắc bản của để bản. Những điểm khác nhau giữa các bản khắc hầu hết được ghi ở cước chú trong ấn bản Đại Chánh, người dịch chỉ cần hiểu rõ nội dung đoạn dịch thì có thể lựa chọn những từ thích hợp trong cước chú. Tuy nhiên, do hạn chế về trình độ Phật pháp và khả năng tham khảo nên đa số người dịch không chọn được từ chính xác. Mặt khác, ngay cả các từ trong cước chú không phải hoàn toàn chính xác. Ngay cả Đại sư Ấn Thuận cũng phạm phải một số sai lầm khi chọn từ, vì không tìm ra các đoạn Pali hoặc Sanskrit tương đương nên phải dựa trên ức đoán. Những ức đoán phần nhiều là sai. Mặt khác, nhiều sai lầm không phải do tả bản hay khắc bản, mà do chính từ truyền bản. Bởi vì, kinh điển từ Ấn Độ truyền sang hầu hết đều do khẩu truyền. Những biến đổi trong khẩu âm, phát âm, khiến nhầm lẫn từ này với từ khác, làm cho ý nghĩa nguyên thủy của giáo lý sai lạc. Người dịch từ Hán văn mà không có trình độ Phạn văn nhất định thì không thể phát hiện những sai lầm này. Điều đáng lưu ý những sai lầm này xuất hiện rất nhiều và rất thường xuyên trong nhiều bản dịch Phạn Hán.

Phần hiệu đính tập trung trên cú pháp Phạn mà ảnh hưởng của nó trong các bản dịch khiến cho nhiều khi ngay cả những vị tinh thông Hán, ngay cả các nhà chú giải kinh điển nổi tiếng cũng phải nhầm lẫn. Để hiểu rõ nội dung bản dịch Hán, cần thiết phải tìm lại nguyên bản Phạn để đối chiếu. Đại sư Cát Tạng đã vấp phải sai lầm khi không có cơ sở để phân tích mệnh đề Hán dịch là năng động hay thụ động, do đó đã nhầm lẫn người giết với kẻ bị giết. Đó là một đoạn văn trong *Thắng man* mà nguyên bản Phạn của kinh này đã thất lạc, nhưng đoạn văn tương đương lại được tìm thấy trong trích dẫn của *Sikṣasamuccaya* của *Sāntideva*. Nếu không tìm thấy đoạn Sanskrit được trích dẫn này thì không ai có thể biết rằng Cát Tạng đã nhầm lẫn.

Rất nhiều kinh điển trong nguyên bản Phạn đã bị thất lạc. Ngay cả những tác phẩm quan trọng như Đại Tì-bà-sa chỉ tồn tại trong bản dịch của Huyền Trang. Nhiều đoạn được trích dẫn trong bản dịch *Câu-xá*, mà Phạn văn đã được phát hiện, cũng giúp người đọc Đại Tì-bà-sa có manh mối để đi sâu vào nội dung. Đọc một bản văn mà không nắm vững nội dung của nó, nghĩa là chính dịch giả cũng không hiểu, hoặc hiểu sai, sao có thể hy vọng người đọc hiểu được đoạn văn phiên dịch? Do đó, công tác hiệu đính không đơn giản chỉ bổ túc những khuyết điểm trong bản dịch về lối hành văn, mà đòi hỏi công phu tham khảo rất nhiều để nắm vững nội dung nguyên tác trong một giới hạn khả dĩ.

Đại Tạng Kinh Việt Nam là bản dịch Việt từ Hán tạng, do đó không thể tự tiện thay đổi nội dung dù phát hiện những sai lầm trong bản Hán. Những sai lầm mang tính lịch sử, do đó không được phép loại bỏ tùy tiện. Tuy vậy, bản dịch Việt cũng không thể bỏ qua những nhầm lẫn được phát hiện. Những phát hiện sai lầm cần được nêu lên, và những hiệu đính cũng cần được đề nghị. Những điểm này được ghi ở phần cước chú để cho bản Việt vẫn còn gần với bản Hán dịch.

Trên đây là một số điều kiện tất yếu để thực hiện một bản dịch tương đối khả dĩ chấp nhận. Trong tình hình hiện tại, chúng ta chỉ có rất ít vị có thể hội đủ điều kiện yêu cầu như trên. Do đó, dự án thực hiện hướng đến chương trình đào tạo, không đơn giản chỉ là đào tạo chuyên gia dịch thuật, mà là bồi dưỡng những vị có trình độ Phật học cao với khả năng đọc và hiểu các ngôn ngữ chuyển tải Thánh điển, chủ yếu các thứ tiếng Pali, Sanskrit, Tây Tạng và Hán. Trong tình hình nghiên cứu Phật học hiện tại trên thế giới, người muốn nghiên cứu Phật học mà không biết đến các ngôn ngữ này thì khó có thể nắm vững giáo nghĩa căn bản. Và đây cũng là điều mà Ngạn Tông đã nêu rõ trong các điều kiện tham gia dịch thuật trong viện phiên dịch bảo trợ bởi Tùy Dạng Đế, mặc dù Ngạn Tông chỉ yêu cầu hiểu biết Phạn văn nhưng đồng thời cũng yêu cầu kiến thức uyên bác, không chỉ tinh thông Phật điển mà còn cả thư tịch ngoại giáo.

Chi tiết chương trình đào tạo cần được trình bày trong một dịp khác.

2. Ủy ban Ấn hành. Công tác ấn hành gồm các phần:

a. Sửa lỗi chính tả của các bản dịch. Hiện tại lỗi chính tả trong các bản dịch do các Thầy, Cô, và Phật tử tự nguyện chỉnh sửa. Nhưng chỉ là công tác nghiệp dư, do không chuyên trách, và do đó cũng thiếu kinh nghiệm trong việc phát hiện lỗi, nên các bản in phổ biến tồn tại khá nhiều lỗi chính tả.

b. Trình bày bản in. Công tác này tùy thuộc điều kiện kỹ thuật vi tính. Sơ khởi, ban ấn hành chưa đủ điều kiện để có những vị thành thạo sử dụng kỹ thuật vi tính trong việc trình bày văn bản. Công việc này hiện tại do các Thầy, Cô phụ trách, với trình độ kỹ thuật do tự học, và tự phát. Vì vậy, trong nhiều trường hợp không khắc phục được lỗi kỹ thuật nên hình thức trình bày của bản văn chưa được hoàn hảo như mong đợi.

Sự nghiệp phiên dịch được định khoảng 15 năm, hoặc có thể lâu hơn nữa. Hình thức Đại Tạng Kinh do đó không thể được thiết kế một lần hoàn hảo. Trong diễn tiến như vậy, tất nhiên trình độ kỹ thuật được cải tiến theo thời gian, khiến cho hình thức trình bày cũng cần thay đổi cho phù hợp với thời đại. Hậu quả sẽ khó tránh khỏi là sự không đồng bộ giữa các tập Đại Tạng Kinh ấn hành trước và sau.

c. Ấn loát. Sau khi hình thức trình bày được chấp nhận, bản dịch được đưa đi nhà in. Trách nhiệm ấn loát được giao cho nhà in với các khoản được ghi thành hợp đồng. Vấn đề ấn loát như vậy tương đối ổn định. Tuy nhiên, cũng cần có người chuyên trách để theo dõi quá trình ấn loát, hầu tránh những sai sót kỹ thuật có thể có do nhà in.

d. Phát hành, phổ biến và vận động. Một nhiệm vụ không kém quan trọng là phát hành và phổ biến Đại Tạng Kinh. Công việc này đáng lý do một ban phát hành chuyên trách. Nhưng trong điều kiện nhân sự hiện tại, một Ban như vậy chưa thể thành lập, do đó ban ấn hành kiêm nhiệm. Thêm nữa, công trình phiên dịch là sự nghiệp chung của toàn thể Phật tử Việt Nam, không phân biệt Giáo hội, hệ phái, do đó cần có sự tham gia và cống hiến của chư Tăng Ni, Phật tử, bằng hằng sản và hằng tâm, bằng tâm nguyện cá nhân hay tập thể dưới các hình thức hỗ trợ và bảo trợ bằng vật chất hoặc tinh thần, cống hiến bằng tất cả khả năng vật chất và trí tuệ. Công việc vận động này để cho được hữu hiệu với sự tham gia tích cực của nhiều chúng đệ tử cũng cần được chuyên trách bởi một ban vận động. Trong điều kiện nhân sự hiện tại, ban ấn hành kiêm nhiệm.

HẬU TỪ

Trải qua trên dưới 2 nghìn năm du nhập, những giáo nghĩa căn bản mà đức Phật đã giảng được học và hành tại Việt Nam, đã đem lại nhiều an lạc cho nhiều cá nhân và xã hội, đã góp phần xây dựng tình cảm và tư duy của các cộng đồng cư dân trên đất nước Việt. Thế nhưng, sự nghiệp phiên dịch cũng như ấn hành để phổ biến Thánh điển, làm nền tảng sở y cho sự học và hành, chưa được thực hiện trên quy mô rộng lớn toàn quốc.

Sự nghiệp phiên dịch tại Trung Quốc trải qua gần hai nghìn năm, với thành tựu vĩ đại, tập đại thành và bảo tồn kho tàng Thánh điển thoát qua nhiều trận hủy diệt do những đức tin mù quáng, quàng tín. Sự nghiệp ấy đại bộ phận do các quốc vương Phật tử tích cực bảo trợ, đã là sự nghiệp chung của toàn thể nhân dân theo từng giai đoạn đặc biệt của lịch sử. Việt Nam tuy cũng có các minh quân Phật tử, nhưng do tác động bởi các yếu tố chính trị xã hội nên chưa từng được tổ chức quy mô dưới sự bảo trợ của triều đình. Chỉ do yêu cầu thực tế học và hành mà một số kinh điển được phiên dịch, nhưng chưa đủ để lập thành nền tảng tương đối hoàn bị cho sự nghiên cứu sâu giáo nghĩa.

Gần đây, vào năm 1973, một Hội đồng phiên dịch Tam tạng lần đầu tiên trong lịch sử được thành lập. Chủ tịch: Thượng tọa Thích Trí Tịnh, Tổng thư ký: Thượng tọa Thích Quảng Độ, với các thành viên quy tụ tất cả các Thượng tọa và Đại đức đã có công trình phiên dịch và có uy tín trên phương diện nghiên cứu Phật học, dưới sự chỉ đạo của Viện Tăng Thống, Giáo hội Phật giáo Việt Nam Thống nhất. Chương trình phiên dịch được soạn thảo trên quy mô rộng lớn, nhưng do bởi hoàn cảnh chiến tranh cho nên chỉ mới thực hiện được một phần nhỏ. Một phần của thành quả này về sau được ấn hành năm 1993 bởi Viện Nghiên cứu Phật học Việt Nam, trực thuộc Giáo hội Phật giáo Việt Nam, dưới danh hiệu "Đại Tạng Kinh Việt Nam." Thành quả này là các Kinh thuộc bộ A-hàm được phân công bởi Hội đồng Phiên dịch Tam tạng, trong đó, *Trường A-hàm* và *Tạp A-hàm* do TT Thiện Siêu, TT Trí Thành và ĐĐ Tuệ Sỹ thuộc Viện Cao đẳng Phật học Hải đức Nha trang; *Trung A-hàm* và *Tăng nhất A-hàm* do TT Thanh Từ, TT Bửu Huệ, TT Thiền Tâm thuộc Viện Cao đẳng Phật học Huệ Nghiêm Saigon.

Ngoài ra, một phần phân công khác cũng đã được hoàn thành như:

TT Trí Nghiêm: Đại Bát Nhã (Huyền Trang dịch, 600 cuốn) thuộc bộ Bát-nhã. TT Trí Tịnh: Kinh *Ma-ha Bát-nhã-ba-la-mật* (Đại phẩm) thuộc bộ Bát-nhã; Kinh *Diệu pháp Liên hoa* (La-thập dịch), thuộc bộ Pháp hoa; Kinh Đại phương Quảng Phật Hoa nghiêm (bản Bát thập) thuộc bộ Hoa nghiêm, và toàn bộ Đại bảo tích.

Các bản dịch này cũng đã được ấn hành nhưng do bởi đệ tử của các Ngài chứ chưa đưa vào Đại Tạng Kinh Việt Nam.

Những vị được phân công khác chưa thấy có thành quả được công bố.

Mặc dù với nỗ lực to lớn, nhưng do hoàn cảnh nhiễu nhương của đất nước nên thành tựu rất khiêm nhượng. Thêm nữa, các thành tựu này cũng chưa hội đủ điều kiện và thời gian thuận tiện được hiệu đính và biên tập theo tiêu chuẩn nghiên cứu và phiên dịch Phật điển trong trình độ nghiên cứu Phật giáo hiện đại của thế giới, do đó cũng chưa thể được dự phần trong sự nghiệp phiên dịch và nghiên cứu Phật học trên quy mô quốc tế, như cống hiến của Phật giáo Việt Nam cho cộng đồng nhân loại trong sự nghiệp hoằng dương Chánh pháp chung của toàn thể Phật tử thế giới vì lợi ích và an lạc của hết thảy mọi loài chúng sanh.

Sự nghiệp như vậy không thể là cống hiến cá biệt của một cá nhân hay tập thể, của một Giáo hội hay hệ phái, mà là sự nghiệp chung của toàn thể Tăng tín đồ Phật giáo Việt Nam, không chỉ một thế hệ, mà liên tục trong nhiều thế hệ, cùng tồn tại và tiến bộ theo đà thăng tiến của xã hội và nhân loại. Trên hết là báo đáp ân đức của Phật Tổ, đã vì an lạc của chúng sanh mà trải qua vô vàn khổ hành, qua vô số a-tăng-kỳ kiếp. Thứ đến, kế thừa sự nghiệp hoằng pháp lợi sanh của Thầy Tổ để cho ngọn đèn Chánh pháp luôn luôn được thắp sáng trong thế gian.

Vì vậy, chúng tôi khẩn thiết, trên nương nhờ uy thần nhiếp thọ của Chư Phật và Thánh Tăng, cùng với sự tán trợ của chư vị Trưởng lão hiện tiền trong hàng Tăng bảo, kêu gọi sự hỗ trợ cống hiến bằng tất cả tâm nguyện và trí lực, bằng tất cả hằng sản và hằng tâm, của bốn chúng đệ tử Phật, cho sự nghiệp hoằng pháp đệ nhất tối thắng này được tiến hành vững chắc và liên tục từ thế hệ này cho đến nhiều thế hệ tiếp theo, duy trì ngọn đèn Chánh pháp tồn tại lâu dài trong thế gian vì lợi ích và an lạc của hết thảy chúng sanh.

Mùa Phật đản Pl. 2552 – Mậu Tý 2008
Trí Siêu – Tuệ Sỹ
cẩn bạch

GIÁO HỘI PHẬT GIÁO VIỆT NAM THỐNG NHẤT
HỘI ĐỒNG PHIÊN DỊCH TAM TẠNG LÂM THỜI

DUYÊN KHỞI

Kể từ phong trào chấn hưng Phật giáo vào thập niên 1930, chư vị dịch giả đã cố gắng phiên âm và phiên dịch Kinh điển từ Hán văn hay chữ Nôm sang chữ quốc ngữ để sử dụng trong sinh hoạt thiền môn Việt Nam cũng như để đem giáo lý Phật đi vào quần chúng. Những nỗ lực như vậy rất đáng trân trọng, nhưng vẫn còn là những đóng góp từ cá nhân, mang tính cấp thời, chưa có sự phối hợp đồng bộ, và chưa đủ tầm mức học thuật để giới thiệu Thánh điển Phật giáo tiếng Việt đến với cộng đồng dân tộc.

Vài thập niên sau đó thì chữ quốc ngữ qua ký tự La-tinh mới được phổ cập trong thiền môn, và kinh sách Phật giáo bằng tiếng Việt, phiên dịch cũng như trước tác, mới được bừng khai, không những tạo nên các phong trào tu học của quần chúng khắp nước, mà còn là sự dẫn đạo tư tưởng của Phật giáo Việt Nam đối với các thế hệ trưởng thành trong chiến tranh qua sự thành lập Giáo Hội Phật

Giáo Việt Nam Thống Nhất (GHPGVNTN), đồng thời kiến lập Đại Học Vạn Hạnh, một viện đại học tư thục Phật giáo đầu tiên tại Nam Việt Nam vào năm 1964.

Từ nguồn nhân lực dồi dào với nhiều vị pháp sư, học giả được đào tạo trong và ngoài nước, cũng như các cơ sở giáo dục Phật giáo được trải rộng khắp miền Trung và Nam Việt, Viện Tăng Thống GHPGVNTN đã có nền tảng vững chắc về học thuật để quyết định thành lập Hội Đồng Phiên Dịch Tam Tạng; và qua Hội nghị Toàn thể Hội đồng Phiên dịch Tam Tạng tổ chức tại Viện Đại Học Vạn Hạnh vào các ngày 20, 21, 22 tháng 10 năm 1973, hội nghị đã đưa ra dự án phiên dịch với mục lục tổng quát các Kinh điển truyền bản Hán tạng cần phiên dịch, phân chia công việc, cũng như giới thiệu thành viên của Hội đồng Phiên dịch Tam Tạng gồm 18 vị Pháp sư như sau:

HỘI ĐỒNG PHIÊN DỊCH TAM TẠNG 1973

A. *Ủy Ban Phiên Dịch:*

1. Hòa thượng Trưởng lão Thích Trí Tịnh
(1917 – 2014)
Trưởng Ban

2. Hòa thượng Trưởng lão Thích Minh Châu
(1918 – 2012)
Phó Trưởng Ban

3. Hòa thượng Trưởng lão Thích Quảng Độ
(1928 – 2020)
Tổng Thư Ký

4. Hòa thượng Trưởng lão Thích Trí Quang
(1923 – 2019)

5. Hòa thượng Trưởng lão Thích Đức Nhuận
   (1924 – 2002)
6. Hòa thượng Trưởng lão Thích Bửu Huệ
   (1914 – 1991)
7. Hòa thượng Trưởng lão Thích Trí Thành
   (1921 – 1999)
8. Hòa thượng Trưởng lão Thích Nhật Liên
   (1923 – 2010)
9. Hòa thượng Trưởng lão Thích Thiện Siêu
   (1921 – 2001)
10. Hòa thượng Trưởng lão Thích Huyền Vi
    (1926 – 2005)

B. *Thành Viên Bổ Sung:*
1. Hòa thượng Trưởng lão Thích Đức Tâm
   (1928 – 1988)
2. Hòa thượng Trưởng lão Thích Huệ Hưng
   (1917 – 1990)
3. Hòa thượng Trưởng lão Thích Thuyền Ấn
   (1927 – 2010)
4. Hòa thượng Trưởng lão Thích Trí Nghiêm
   (1911 – 2003)
5. Hòa thượng Trưởng lão Thích Trung Quán
   (1918 – 2003)
6. Hòa thượng Trưởng lão Thích Thiền Tâm
   (1925 – 1992)
7. Hòa thượng Trưởng lão Thích Thanh Từ
   (1924 –)
8. Hòa thượng Thích Tuệ Sỹ
   (1943 –)

Sau gần 50 năm kể từ khi Hội đồng Phiên dịch Tam Tạng được thành lập, nhiều Kinh điển đã được phiên dịch, góp phần đáng kể vào kho tàng Thánh điển Phật giáo Việt Nam, nhưng có thể nói rằng dự án phiên dịch đưa ra thời ấy, vẫn chưa hoàn tất. Lý do thứ nhất, do hoàn cảnh chiến tranh và bất toàn xã hội, các Kinh điển được dịch rồi vẫn không có đủ thời gian thuận tiện để được hiệu đính và nhuận sắc lại theo đúng tiêu chuẩn Phật điển hàn lâm. Thứ nữa, với nguồn tài liệu cổ ngữ, sinh ngữ dồi dào hiện nay cùng với phương tiện kỹ thuật vi tính, thông tin liên mạng, chư vị dịch giả có rất nhiều cơ hội để truy cập, tham khảo, đối chiếu các truyền bản khác nhau để có được định bản tiếng Việt đáng tin cậy, theo chuẩn mực quốc tế. Ngoài ra, chư vị thành viên Hội đồng Phiên dịch đã theo thời gian, tuần tự viên tịch khi công trình phiên dịch còn dang dở. Nay chỉ còn 2 trong số 18 vị dịch giả còn đương tiền, nhưng một vị đang trong tình trạng bất hoạt; vị duy nhất còn lại có thể tiếp tục đảm đương trọng nhiệm là Hòa thượng Thích Tuệ Sỹ. Xét thấy, đây cũng là phước duyên hy hữu cho Phật giáo Việt Nam cũng như cho công trình phiên dịch Tam Tạng do Viện Tăng Thống đề ra nửa thế kỷ trước:

a) Về phương diện học thuật, Hòa thượng Tuệ Sỹ là một trong số ít học giả uy tín trong việc nghiên tầm, phiên dịch, chú giải và giảng thuật về Tam Tạng Kinh điển từ nhiều thập niên qua; đã và đang đào tạo, nâng đỡ nhiều thế hệ Tăng Ni và Cư sĩ có trình độ Phật học và cổ ngữ có thể phụ trợ công trình phiên dịch;

b) Về phương diện điều hành, Hòa thượng Tuệ Sỹ chính thức tiếp nhận ấn tín Viện Tăng Thống từ Đức Đệ ngũ Tăng Thống, hàm nghĩa kế thừa sự nghiệp hoằng pháp của GHPGVNTN, đồng thời kế thừa công trình phiên dịch của Hội đồng Phiên dịch Tam Tạng được Hội đồng Giáo phẩm Trung ương Viện Tăng Thống thành lập năm 1973.

Từ những nhân duyên và điều kiện kể trên, công trình phiên dịch dang dở của chư vị tiền hiền tất yếu phải được Hòa thượng Tuệ Sỹ đưa vai gánh vác, không thể để cho gián đoạn. Đó là lý do, từ danh nghĩa Viện Tăng Thống GHPGVNTN, Hội Đồng Phiên Dịch Tam Tạng Lâm Thời (HĐPDTTLT) đã được thành lập vào ngày 03 tháng 12 năm 2021, theo Thông Bạch số 11/VTT/VP, nhằm kế thừa sự nghiệp phiên dịch Tam Tạng của chư vị Trưởng lão Hội Đồng Phiên Dịch Tam Tạng Viện Tăng Thống, với thành phần nhân sự như sau:

HỘI ĐỒNG PHIÊN DỊCH TAM TẠNG LÂM THỜI 2021[*]

Cố Vấn: Giáo sư Trí Siêu Lê Mạnh Thát (Việt Nam)

Chủ Tịch: Hòa thượng Thích Tuệ Sỹ (Việt Nam)

Chánh Thư Ký: Hòa thượng Thích Như Điển (Đức quốc)

Phó Thư Ký Quốc Nội: Hòa thượng Thích Thái Hòa (Việt Nam)

---

[*] Cập nhật ngày 08.05.2022.

Phó Thư Ký Hải Ngoại: Hòa thượng Thích Nguyên Siêu (Hoa Kỳ)

Ủy Ban Duyệt Sách:

Hòa thượng Thích Tuệ Sỹ; Giáo sư Trí Siêu Lê Mạnh Thát.

Ủy Ban Phiên Dịch:

Hòa thượng Thích Đức Thắng (Việt Nam); Hòa thượng Thích Thái Hòa (Việt Nam); Thượng tọa Thích Nguyên Hiền (Việt Nam); Thượng tọa Thích Nhuận Châu (Việt Nam); Đại đức Thích Nhuận Thịnh (Việt Nam); Cư sĩ Đạo Sinh Phan Minh Trị (Việt Nam); Cư sĩ Trí Việt Đỗ Quốc Bảo (Đức quốc).

Ủy Ban Chứng Nghĩa Chuyết Văn:

Hòa thượng Thích Thiện Quang (Canada); Thượng tọa Thích Nguyên Tạng (Úc); Đại đức Thích Nhuận Thịnh (Việt Nam); Cư sĩ Tâm Huy Huỳnh Kim Quang (Hoa Kỳ); Cư sĩ Tâm Quang Vĩnh Hảo (Hoa Kỳ).

Những thành viên khác tùy theo nhu cầu sẽ được thỉnh cử sau.

Xét thấy công hạnh tu trì cũng như kiến văn của thành viên chưa thể sánh ngang với chư Tôn túc Trưởng lão Hội đồng Phiên dịch Tam Tạng 1973, do đó chỉ có thể thành lập Hội đồng Lâm thời để kế thừa việc phiên dịch Kinh-Luật-Luận theo khả năng. Trong điều kiện như thế, HĐPDTTLT sẽ không phiên dịch theo thứ tự lịch sử hình thành Thánh điển như Đại Chánh, mà theo phương pháp các Kinh Lục cổ điển, phân Thánh giáo thành Ba thừa: Thanh Văn Tạng,

Bồ-tát Tạng và Mật Tạng. Cho đến khi nào sở học và đạo hạnh được nâng cao, đủ để xác định tín tâm trong hàng bốn chúng đệ tử, bấy giờ Hội đồng Phiên dịch Tam Tạng Lâm thời sẽ chuyển thành chính thức, và sẽ tuần tự thực hiện chương trình phiên dịch đúng theo đề xuất của Hội đồng Phiên dịch Tam Tạng 1973.

Sự nghiệp phiên dịch Đại Tạng Kinh là sự nghiệp chung, hệ trọng và trường kỳ, của Tăng tín đồ Phật giáo Việt Nam trong và ngoài nước. Hình thành Đại Tạng Kinh tiếng Việt không những tạo điều kiện thuận lợi cho việc nghiên cứu và thực hành Phật Pháp đúng đắn cho tứ chúng đệ tử, khẳng định vị thế của Phật giáo Việt Nam đối với nhân loại và cộng đồng Phật giáo quốc tế, mà còn là sự phục hưng những giá trị văn hóa dân tộc nhằm góp phần vào việc xây dựng và phát triển đất nước. Nhận thức được tầm quan trọng này, chư vị lãnh đạo các Giáo hội Phật giáo Việt Nam Thống Nhất tại hải ngoại đã vận động thành lập Hội Đồng Hoằng Pháp vào ngày 08 tháng 5 năm 2021, với sự tán trợ của Viện Tăng Thống, nhằm mở rộng con đường hoằng pháp ngoài nước theo tiêu hướng của GHPGVNTN, cũng như để vận động yểm trợ và thúc đẩy công trình phiên dịch và ấn hành Đại Tạng Kinh Việt Nam tiến đến thành tựu viên mãn.

Để tri niệm ân sâu của chư lịch đại Tổ sư và chư vị Tôn túc trong Hội Đồng Phiên Dịch Tam Tạng 1973 trong sự nghiệp hoằng truyền chánh đạo, Hội Đồng Hoằng Pháp nguyện góp phần công đức, toàn tâm ủng hộ, cúng dường tâm lực, trí lực và tài lực để Đại Tạng Kinh Việt Nam chuẩn mực được lần lượt ấn hành, khởi đầu từ Thanh Văn Tạng, tháng 01 năm 2022, cho đến khi hoàn tất Bồ-tát Tạng và Mật Tạng trong thập niên tới.

Nguyện đem công đức Pháp thí này hồi hướng chánh pháp cửu trụ, tứ chúng an hòa, phát Bồ-đề tâm tiến tu đạo nghiệp; lại nguyện nhân loại được an vui, phúc lạc; sớm chấm dứt thiên tai dịch bệnh, khắp loài chúng sinh đều được lạc nghiệp an cư.

Ngưỡng vọng chư tôn Trưởng lão, chư Hòa thượng, Thượng tọa, Đại đức Tăng Ni cùng bốn chúng đệ tử trong và ngoài nước chứng minh và liễu tri.

Nam mô Công Đức Lâm Bồ-tát.

Phật lịch 2565, năm Tân Sửu
Ngày 01 tháng 01 năm 2022
Hội Đồng Phiên Dịch Tam Tạng Lâm Thời
Cẩn bạch

PHÀM LỆ

1. Đại Tạng Kinh Việt Nam bao gồm tất cả các bản dịch tiếng Việt của Tam Tạng Kinh Điển Phật giáo đã xuất hiện ở nước ta từ trước đến nay, qua các thời kỳ với nhiều dịch giả khác nhau, để cho thấy quá trình hình thành Đại Tạng Kinh Việt Nam qua lịch sử.

2. Về bản đáy, bản dịch Việt căn cứ trên ấn bản Đại Chánh Tân Tu Đại Tạng Kinh 100 tập, mỗi tập trên dưới 1000 trang chữ Hán cỡ 10pt và sẽ được đánh số theo thứ tự của số ghi trong bản in Đại Chánh. Mỗi trang của bản in Đại chính được chia làm ba cột: a, b, c. Số trang và cột này đều được ghi trong bản dịch để tiện tham khảo.

3. Vì thế, một bản Kinh chữ Hán có thể có nhiều bản dịch tiếng Việt, nên sau số thứ tự của Đại Chánh, sẽ đánh thêm các mẫu tự A, B, C... để phân biệt các bản dịch tiếng Việt khác nhau của cùng một bản Kinh chữ Hán đó.

4. Về xử lý văn bản trong khi phiên dịch, phần lớn căn cứ công trình hiệu đính và đối chiếu của bản Đại Chánh. Ngoài ra, tham khảo thêm các công

trình hiệu đính và đối chiếu khác.

5. Giữa các ấn bản có những điểm khác nhau, bản Việt sẽ lựa chọn hoặc hiệu đính theo nhận thức của người dịch.

6. Trong bản Hán, nếu chỗ nào xét thấy văn dịch hay từ ngữ không phù hợp với giáo nghĩa truyền thống phổ biến, người dịch sẽ tham khảo các Kinh, Luật, Luận cần thiết để hiệu chính. Những hiệu chính này được giải thích ở phần cước chú.

7. Bản Hán dịch thực hiện căn cứ phần lớn trên sự truyền khẩu. Do đó những từ phát âm tương tự dễ đưa đến ngộ nhận, như *sam* Pāli hay *sama* và *samyak*; *cala* và *jala*; *muti* và *muṭṭhi*, v.v... Trong những trường hợp này, người dịch sẽ tham chiếu các Kinh tương đương, các bản Hán biệt dịch, suy đoán tự dạng nguyên thủy có thể có trong Phạn bản để hiệu chính. Những hiệu chính này đều được ghi ở phần cước chú.

8. Do các truyền bản khác nhau giữa các bộ phái, để có nhận thức về giáo nghĩa nguyên thủy, chung cho tất cả, cần có những nghiên cứu đối chiếu sâu rộng. Công việc này ngoài khả năng hiện tại của các dịch giả. Tuy nhiên, trong trường hợp có thể, những

điểm dị biệt giữa các truyền bản sẽ được ghi nhận và đối chiếu. Những ghi nhận này được nêu ở phần cước chú.

9. Bản Hán dịch được phân thành số quyển. Bản dịch Việt không chia số quyển như vậy, nhưng sẽ ghi ở phần cước chú mỗi khi bắt đầu một quyển khác.

10. Các từ Phật học trong một số bản Hán dịch nếu không phổ biến, do đó có thể gây khó khăn cho việc đọc và nghiên cứu, trong các trường hợp như vậy, tuy vẫn giữ nguyên dịch ngữ của bản Hán, nhưng dịch ngữ tương đương thông dụng hơn sẽ được ghi trong phần cước chú. Trong trường hợp có thể, sẽ ghi luôn dịch giả của những dịch ngữ này và xuất xứ của chúng từ bản dịch nào để tiện việc tham khảo.

11. Các Kinh sách tham khảo trong cước chú đều được viết tắt theo quy định phổ thông của giới nghiên cứu quốc tế; xem quy định về viết tắt ở cuối mỗi tập của Đại Tạng Kinh Việt nam.

12. Quy ước các danh từ viết hoa

* Các từ gốc Sanskrit/Pāli:

a. Từ thường phiên âm: tất cả viết thường với gạch nối. Như *śūnyatā* = thuấn-nhã-đa tính, *kṣatriya* = sát-đế-lợi. Trừ các từ tôn kính, theo ngữ cảnh; như: *Nirvāṇa* = Niết-bàn; *Ācārya* = A-xà-lê; *Bhikṣu* = Tỳ-kheo v.v...

b. Từ đặc hữu (nhân danh, địa danh): Chữ đầu hoa, còn lại thường, với gạch nối. Như *Śariputra* = Xá-lợi-phất, *Śrāvastī* = Xá-vệ, *Kapilavastu* – Ca tì-la-vệ.

c. Trường hợp vừa âm vừa nghĩa, phần phiên âm chữ đầu hoa, còn lại thường với gạch nối; phần nghĩa viết Hoa, như *Śariputra* = Xá-lợi Tử.

* *Các từ thuần Việt*, chưa có quy tắc chính thức, nhưng theo cách viết phổ thông hiện nay:

a. Từ phổ thông: tất cả không hoa, trừ trường hợp tôn kính hay đặc biệt.

b. Từ đặc hữu, nhân danh, địa danh: tất cả viết hoa.

Vạn Hạnh, Pl. 2550 - Dl. 2006
Trí Siêu và **Tuệ Sỹ** cẩn chí

BẢNG VIẾT TẮT

A	*Aṅguttara-Nikāya* – Tăng chi bộ kinh
Câu-xá	A-tỳ-đạt-ma-câu-xá luận, T 29 No 1558
Cf.	*confer*, tham chiếu, so sánh
Chân Đế	bản dịch của Chân Đế
cht.	chú thích
...cho đến	Lặp lại nguyên văn đoạn trên
D	*Dīgha-nikāya*, Trường bộ kinh
Đại.	Đại Chánh Tân Tu Đại Tạng Kinh, Taisho
đd	đã dẫn
Dh, Dhp	*Dhammapada*, kinh Pháp cú
Du-già	Du-già sư địa luận, T 30 No 1579
Huyền Tráng	bản dịch của Huyền Trang
ibid.	*ibidem*, cùng chỗ đã dẫn, đã dẫn, dẫn thượng
M	*Majjhima-Nikāya* – Trung bộ kinh
NM	bản in đời Nguyên Minh
nt	như trên
Pl.	Pāli
S	*Saṃyutta-Nikāya* – Tương ưng bộ kinh

Sdt.	sách dẫn trên
Sđd.	Sách đã dẫn
Skt.	Sanskrit
Sn	*Sutta-nipāta* – Kinh tập
TN	Taisho, bản Đại Chánh, theo số quyển
Tập dị	Tập dị môn túc luận
Th 1	*Theragāta* – Trưởng lão kệ
Th 2	*Therīgāthā* – Trưởng lão ni kệ
thc.	tham chiếu
thk.	tham khảo
Tì-bà-sa	A-tì-đạt-ma Đại tì-bà-sa luận
Tl.	Tây lịch
TNM	bản in các đời Tống Nguyên Minh
tr.	Trang
vd.	ví dụ
Vin.	*Vinaya*, Luật tạng Pāli
Vsm.	*Visuddhimagga* – Thanh tịnh đạo luận
x.	xem
Wogihara	Phạn Hòa từ điển, Địch Nguyên Vân Lai (Wogihara Unrai)

TRUNG A-HÀM
TỔNG LỤC

TIỂU SỬ TRUYỀN DỊCH

I. CÁC TRUYỀN BẢN

Trung A-hàm, bản Hán dịch của Cù-đàm Tăng-già-đề-bà 僧伽提婆, (*Gautama Saṅghadeva*) hiện hành được nói là Thánh điển của Hữu bộ (*Sarvāstivāda*). Do bởi Tăng-già-đề-bà vốn xuất thân từ *Kaśmira* (Kế-tân/ Ca-thấp-di-la); đây là thủ phủ, và cũng được xem là hệ chính thống, của Nhất thiết hữu bộ, do đó có thể khẳng định *Trung A-hàm* Hán dịch bởi Tăng-già-đề-bà cũng thuộc Hữu bộ. Điều này được phần lớn các nhà nghiên cứu hiện đại thừa nhận.[1]

---

[1] Xem, Thủy Dã Hoằng Nguyên, *Trung A-hàm kinh giải thuyết* 水野弘元 中阿含經解說. Bhikṣu Thích Minh Châu, *The Chinese Madhyama Āgama and the Pali Majjhima Nikaya. Evidences to prove that the CMA belongs to the Sarvāstivāda* School. Motilal Banarsidas Publishers Pvt. Ltd. 1991. - Ấn Thuận, 印順 原始佛教聖典之集成, 正聞, 臺北市, 1993; tr. 703. – Maeda Egaku 前田惠学 (Tiền Điền Huệ Học), 原始佛教聖典の成立史研究, 1964. Dẫn bởi Ấn Thuận, sđd, tr. 95.

Luật của các bộ phái, như *Ngũ phần, Tăng-kỳ, Tứ phần, Thiện kiến*,[2] đều có quan điểm như nhau, theo đó, ngay trong đại hội kết tập lần thứ nhất tại thành Vương Xá các bộ loại Thánh điển nguyên thủy đã được định hình, trong đó, các kinh có lượng trung bình, không dài không ngắn được tập hợp chung thành một bộ loại gọi là *Trung*.[3] Định nghĩa này không tuyệt đối chính xác, xét theo hình thức các kinh thuộc *Trung A-hàm* bản Hán dịch hiện tại. Trong số các kinh được gọi là *Trung*, tương đương với các kinh được tìm thấy trong *Majjhima-Nikāya*, cũng có một số các kinh được tìm thấy tương đương trong *Trường A-hàm, Tạp A-hàm, Tăng nhất*, hoặc trong các bộ *Dīgha-Nikāya, Samyutta-Nikāya, Khuddaka-Nikāya*. Vì vậy, luật *Tát-bà-đa tì-ni Tì-bà-sa* của Hữu bộ nêu một định nghĩa khác: "Những nghĩa lý sâu xa được nói cho hàng chúng sinh lợi căn, tập hợp thành *Trung A-hàm*."[4]

---

[2] 彌沙塞部和醯五分律 *Di-sa-tắc bộ Hòa-hê Ngũ phần luật*, quyển 30, T22 No.1421, tr. 191a25; 摩訶僧祇律 *Ma-ha Tăng-kỳ luật*, quyển 32, T22 No. 1425, tr. 491c17; 四分律 *Tứ phần luật*, quyển 54, T22 No. 1428, tr. 68b20; 善見律毘婆沙 *Thiện kiến luật tì-bà-sa*, quyển 1, T24 No. 1462 tr. 677a26.

[3] Hán, *Trung A-hàm* 中阿含, Skt. *Madhyama-āgama*, tương đương Pāli, *Majjhima-Nikāya*.

[4] *Tát-bà-đa tì-ni tì-bà-sa*, quyển 1, T23 No. 1440 tr. 503c28.

Do bởi nguyên bản Phạn hay Sanskrit đã thất lạc,[5] cũng không có bản dịch Tạng ngữ hoàn chỉnh tương đương, ngoại trừ một số Kinh đơn hành bản được tìm thấy trong luật *Căn bản thuyết nhất thiết Hữu bộ* (*Mūlasarvāstivāda-vinaya*) bản dịch Tạng ngữ. Toàn văn bản được xem là đầy đủ hiện chỉ tồn tại trong bản dịch Hán.[6]

Hiện nay cũng chưa có khảo cứu nào khả dĩ xác định hình thức tập thành nguyên thủy của Kinh này.

Trong thời kỳ đầu, các kinh thuộc *Trung A-hàm* được dịch Hán sớm nhất có thể nói do bởi An Thế Cao 安世高, nay vẫn có thể đọc được trong *Đại chánh tạng*. Đây chỉ là bảy trong số 222 kinh hiện được biết.

---

[5] Trừ một số kinh đơn dịch được thấy trong bản dịch Tạng ngữ luật *Căn bản thuyết nhất thiết Hữu bộ* (*Mūlasarvāstivāda-vinaya*, Tib. sde dge, bka' 'gyur, Ka.1b^1-311a^6 'dul ba gzhi. Thư mục Đông Bắc, No.1. Tham khảo, Matsuda Kazunobu 松田和信 (Tùng Điền Hòa Tín), *New Sanskrit Fragments of the Madhyama-āgama from the Cecil Bendall Manuscripts in the National Archives Collection, Kathmandu*. 印度學佛教學研究, Vol. 44(2), 1995, pp. 868-862. - Xem thêm, *Mūlasarvāstivādin and Sarvāstivādin: Oral Transmission Lineages of Āgama Texts*, by Bhikkhu Anālayo, Universität Hamburg. https://buddhistuniversity.net/content/papers/mula-and-sarvastavadin_analayo.

[6] Một bản dịch toàn văn do Tăng-già-đề-bà, và 68 đơn hành bản, TN.27-94.

Nhìn chung, khởi đầu từ An Thế Cao, trong khoảng niên hiệu Kiến Hòa 2 đời Hậu Hán (tl. 148), cho đến Pháp Hiền 法賢, niên hiệu Hàm Ninh 4 đời Tống (tl. 1001), có tất cả 70 kinh đơn hành bản thuộc *Trung A-hàm*.

An Thế Cao người nước An-tức (Đế chế Ba-tư, Parthian Empire). Từ đây đi vào Ấn, ngang qua *Gandhāra* (nay thuộc Afghanistan, và một phần thuộc Pakistan), căn cứ địa phía tây của Nhất thiết hữu bộ (*Sarvāstivāda*); như vậy, các bản kinh thuộc *Trung A-hàm* mà An Thế Cao dịch tất có những liên hệ giáo nghĩa đối với bộ phái này, trực tiếp hoặc gián tiếp.

Theo Tăng Duệ, trong bài tựa cho *Trường A-hàm*, nguyên hình của *Trung A-hàm* gồm bốn phần, năm tụng.[7] Về năm tụng, đó là chỉ cho hình thức kết tập, theo thời gian – mỗi ngày một tụng, còn được thấy nguyên hình trong bản Hán dịch hiện tại. Về bốn phần, hiện chưa xác định được cách phân chia này.

Tổ chức của Kinh, tổng cộng có 222 kinh, được kết tập trong năm ngày tụng. Theo đó, tụng ngày thứ nhất gồm 6 phẩm, gọi là 6 "tương ưng", gồm 64 kinh. Không nói địa điểm tụng.

---

[7] Tăng Duệ, *Trường A-hàm kinh tự*, T1 No 1; tr. 1a11.

Tụng ngày thứ hai, được nói là tụng tại Tiểu thổ thành,[8] gồm 5 phẩm, 52 kinh.

Tụng ngày thứ ba, được gọi là "Niệm tụng"; không nói địa điểm; gồm 2 phẩm, 35 kinh.

Tụng ngày thứ tư, "Phân biệt tụng"; 3 phẩm, 35 kinh.

Tụng ngày thứ năm, "Hậu tụng"; 3 phẩm, 36 kinh.

Căn cứ theo bài tựa cho *Tạp A-hàm* của Thích Đạo An 道安, và theo bản kinh lục của Tăng Hựu 僧祐, toàn văn *Trung A-hàm* lần đầu tiên được phiên dịch sang Hán phải kể là do Đàm-ma-nan-đề 曇摩難提 (*Dharmanandi*).[9] Đàm-ma-nan-đề người Đâu-khư-lặc (*Tukhāra*), chuyên

---

[8] Tiểu thổ thành, có lẽ là thuộc Cổ thành của Vương Xá mà tên Pāli gọi là Giribbaja. Cf. *Dictionary of Pāli Proper Names*; ii. 721.

[9] *Xuất Tam tạng ký tập*, quyển 2, T55 No. 2145, tr. 10b21-23: *Tăng nhất A-hàm kinh* 增一阿鋡經 33 quyển, *Trung A-hàm kinh* 59 quyển, 2 bộ 92 quyển, Sa-môn Đàm-ma-nan-đề (*Dharmanandi*), người nước Đâu-khư-lặc 兜佉勒 (*Tukhāra*), đến Trường An dưới thời Tần Phù Kiên 秦符堅 (T. 338-385), *đọc* bản Phạn, Trúc Phật Niệm 竺佛念 dịch Hán.

trì hai bộ *Trung* và *Tăng nhất A-hàm*. Bản Hán dịch *Trung A-hàm* được nói là do Đàm-ma-nan-đề hiện đã thất lạc.[10]

Niên hiệu Kiến Nguyên thứ 20, triều vua Tần Phù Kiên, Đàm-ma-nan-đề đến Trường An, rất được Phù Kiên trọng vọng. Vũ uy Thái thú Triệu Chính 武威太守趙政, thị thần của Phù Kiên, rất sùng mộ Phật pháp, thỉnh cầu ngài Đạo An, tập họp các tăng sĩ nghĩa học trong thành Trường An, Đàm-ma-nan-đề chép[11] ra 2 Kinh, *Trung* và *Tăng*, Trúc Phật Niệm dịch Hán và Huệ Tung 慧嵩 bút thọ.[12] Bản dịch này – cũng như các bản dịch khác của Đàm-ma-nan-đề, theo nhận xét của Đạo Từ 道慈, trong bài ký sự về Kinh *Trung A-hàm*, phần nhiều sai lạc với ý chỉ của nguyên bản,

---

[10] Mizuno Kōgen 水野弘元 (Thủy Dã Hoằng Nguyên) chứng minh sự tồn tại của *Trung A-hàm*, Đàm-ma-nan-đề Hán dịch, căn cứ 5 dẫn chứng từ *Kinh luật dị tượng* soạn bởi Bảo Xướng đời Lương 經律異相 梁沙門僧旻寶唱等集 T53n2121_p0001a02. (Bảo Xướng, không rõ năm sinh và mất, nhưng được biết là đến Kinh đô năm Tl. 505). Các dẫn chứng này đều nêu rõ xuất xứ, từ *Trung A-hàm*. Số quyển được dẫn trong đây, được nói là từ *Trung A-hàm*, nhưng không đồng nhất với số quyển *Trung A-hàm* hiện hành. Sự sai biệt này là một trong các lý do chứng minh trước đó đã tồn tại 2 bản Hán dịch *Trung A-hàm*, có thể song hành.

[11] Hán: 寫出; đoạn trên nói 口誦胡本 "miệng *đọc* bản Phạn".

[12] sđd, quyển 13, tr. 99b11.

danh không phù hợp với thật.¹³ Hẳn đây là lý do xuất hiện bản trùng dịch của Tăng-già-đề-bà.

Tuy có sự nghi ngờ về dịch giả của bản dịch *Trung A-hàm* hiện tại có thể là cải bản từ bản dịch trước đó của Đàm-ma-nan-đề, ¹⁴ nhưng ý kiến này chưa được đồng tình một cách phổ biến. Vì vậy, ở đây Tăng-già-đề-bà vẫn được chấp nhận là dịch giả.

II. TIỂU TRUYỆN TĂNG-GIÀ-ĐỀ-BÀ¹⁵

Tăng-già-đề-bà là từ phiên âm của Sanskrit *Saṅghadeva*, Hán dịch là Chúng Thiên, nguyên người nước Kế-tân, họ Cù-đàm 瞿曇 (*Gautama*). Các sử liệu Hán văn đều ghi chép Sư sau khi xuất gia chuyên tâm nghiên cứu *A-tì-đàm tâm luận*. Người Kế-tân 罽賓, mà phần lớn sử truyện Trung Hoa đồng nhất với Ca-thấp-di-la 迦濕彌羅 (*Kaśmīra*), là địa phương chịu ảnh hưởng của Hữu bộ. *A-tì-đàm tâm luận*¹⁶, nguyên bản Phạn có tên là *Abhidharmahṛdaya*,

---

¹³ *Xuất Tam tạng ký tập*, quyển 9, tr. 63c22, 釋道慈中阿鋡經記.

¹⁴ Thủy Dã Hoằng Nguyên 水野弘元 (Mizuno Kōgen), *Trung A-hàm giải thuyết* 中阿含解說: bản Hán dịch 60 quyển hiện lưu truyền chính là bản dịch 59 quyển của Đàm-ma-nan-đề, được hiệu chính bởi Tăng-già-đề-bà. Dẫn bởi Phụ lục của *Phật quang Đại tạng kinh*.

¹⁵ 出三藏記集 梁建初寺沙門釋僧祐撰 僧伽提婆傳 T55n2145, tr. 99b28.

¹⁶ 阿毘曇心論 尊者法勝造 晉太元元年僧伽提婆共惠遠於廬山譯 T28n1550, tr. 809a01.

hay *Abhidharmasāra*,[17] được soạn tập bởi Pháp Thắng 法勝 (*Dharmaśrī*), là bản tóm tắt các tinh nghĩa của A-tì-đàm, có ảnh hưởng khá lớn trong Hữu bộ. Điều này có thể xác nhận Sư xuất gia theo Hữu bộ. Tuy nhiên, ngoài *A-tì-đàm tâm luận*, Sư còn chuyên học *Tam pháp độ luận*[18], rất lấy làm thưởng thức, cho đây là uyên phủ của Đạo. *Tam pháp độ luận*[19], đồng Phạn bản với *Tứ A-hàm-mộ sao giải*[20], soạn tập bởi Sơn Hiền 山賢 (hay Thế Hiền: 婆素跋陀 *Vasubhadra?*) mà Huệ Viễn 慧遠 (Tl. 334-416) xưng tụng là bậc Ứng chân Đại nhân tức A-la-hán[21], được xem là luận điển của phái Độc tử bộ (*Vātsīputriya*). Như vậy, bộ phái này hẳn có ảnh hưởng nhất định đối với tư tưởng Phật học của Sư.

Dưới triều Phù Kiên, trong khoảng niên hiệu Kiến Nguyên (365-384), Sư đến Trường An. Cũng trong khoảng thời gian ấy, cao tăng Thích Đạo An được Phù Kiên đón về Trường An. Bấy giờ tuy tuổi đã gần 70, nhưng Đạo An vẫn chuyên tâm hỗ trợ sự nghiệp phiên dịch.

---

[17] L. de la Vallée Poussin, *L'Abhidharmakośa de Vasubandhu*, tom. I, Bruxelles, 1971, tr. lxii.

[18] 三法度論 東晉罽賓三藏瞿曇僧伽提婆譯 T25n1506, tr. 15c02.

[19] *Xuất Tam tạng ký tập*, quyển 10: Tam pháp độ tự, Thích Huệ Viễn soạn.

[20] 四阿鋡暮抄解 阿羅漢婆素跋陀撰 符秦西域三藏鳩摩羅佛提等譯

[21] 四阿鋡暮抄序 T25n1505, tr. 1a01.

Sau đó, niên hiệu Kiến Nguyên 18 (Tl. 382), có Cưu-ma-la-bạt-đề 鳩摩羅跋提 (Kumārabuddhi),[22] vốn là quốc sư của vua nước Xa-sư-tiền[23], đến Trường An mang theo một số kinh luận bằng Phạn bản; đồng thời các sa-môn người Kế-tân là Tăng-già-bạt-trừng 僧伽跋澄 (Saṅghabūti) và Đàm-ma-trì 曇摩持/ 曇摩侍, sa-môn người Đâu-khư-lặc là Đàm-ma-nan-đề 曇摩難提 (Dharmanandi), cũng lần lượt đến Trường An. Niên hiệu Kiến Nguyên 19 (Tl. 383), theo thỉnh cầu của Pháp Hòa 法和, đồng học của Đạo An, Tăng-già-đề-bà khởi sự dịch *A-tì-đàm Bát kiền-độ luận*.[24] Rồi Sư cùng với Đàm-ma-nan-đề hỗ trợ Tăng-già-bạt-trừng dịch *Bà-tu-mật Bồ-tát sở tập luận*.[25]

Các bản dịch này chưa được hoàn chỉnh. Nhưng vào cuối đời Kiến Nguyên, do loạn Mộ Dung Xung 慕容冲 (Tl. 359−386), Tăng-già-đề-bà và Pháp Hòa tập họp môn

---

[22] *Xuất tam tạng ký tập*, quyển 8, T55n2145, tr. 52b14. Huệ Viễn, *Tứ A-hàm-mô sao tự*, T25n1505, tr. 1a15, đọc là Cưu-ma-la-phất-đề 鳩摩羅佛提.

[23] 車師前國 nước Xa-sư-tiền, nay thuộc Nam sơn, huyện Cát-mộc-tát, khu tự trị Tân cương 新疆吉木薩縣南山.

[24] 阿毘曇八犍度論 迦旃延子造符秦罽賓三藏僧伽提婆共竺佛念譯 *A-tì-đàm Bát kiền-độ luận*, Tăng-già-đề-bà & Trúc Phật Niệm đồng dịch. T26n1543, tr. 771a01. Đồng Phạn bản với *Phát trí luận*, bản Hán dịch, Huyền Trang, T26 No 1544.

[25] 尊婆須蜜菩薩所集論 尊婆須蜜造 符秦罽賓三藏僧伽跋澄等譯 T28n1549_p0721b07.

đồ cùng đi về phương nam lánh nạn. Ở đây được chừng 4, 5 năm, khi ấy vốn Hán ngữ của Tăng-già-đề-bà có phần thông thạo, do đó duyệt lại các bản dịch trước kia mới phát hiện còn có khá nhiều sai lạc. Sư cùng với Pháp Hòa kiểm lại bản dịch *Bát kiền-độ luận*. Không bao lâu, được biết đất Trường An, dưới sự thống trị của Diêu Tần, pháp sự có cơ hội trùng hưng, Pháp Hòa bèn từ giã trở về đó. Riêng Tăng-già-đề-bà lại tiếp tục vượt sông Trường Giang đi về phương nam. Lúc bấy giờ cao đệ của Đạo An là Huệ Viễn đang trụ trì tại Lô Sơn. Hay tin Đề-bà đang đi về phía nam, Huệ Viễn liền đi đón Đề-bà về Lô Sơn. Tại đây, Sư thực hiện các bản dịch *A-tì-đàm tâm luận, Tam pháp độ luận*. Huệ Viễn viết lời Tựa.

Lịch đại Tam bảo ký[26] còn ghi một bản dịch nữa được thực hiện tại Lô Sơn là *Giáo thọ Tỳ-kheo-ni pháp*, 1 quyển, nhưng nay đã thất lạc.

Niên hiệu Long Hòa thứ nhất (Tl. 397), Tăng-già-đề-bà đến Kiến Khang, thủ phủ của nhà Tấn. Ở đây Sư được các hạng vương công, danh sĩ rất tôn trọng. Thượng thư lệnh Vương Tuân trước đã cho xây dựng một tinh xá, tập họp đông đảo học chúng chuẩn bị dịch kinh. Khi Tăng-già-đề-bà đến đây, Vương Tuân thỉnh cầu Sư đến ở tại tinh xá này giảng A-tì-đàm.

Vương Tuân nhận thấy các bản dịch *Trung* và *Tăng nhất A-hàm* của Đam-ma-nan-đề chưa được hoàn chỉnh,

---

[26] Quyển 7, T49 No 2034, tr. 70c10.

do đó tập họp tại kinh đô khoảng 40 sa-môn nghĩa học, dẫn đầu là Huệ Trì, tổ chức dịch trường, thỉnh Tăng-già-đề-bà dịch lại *Trung A-hàm*, và hiệu chính, biên tập lại *Tăng nhất*. Đạo Từ làm người bút thọ.²⁷ Nhân đó, Đạo Từ viết Hậu ký cho bản dịch *Trung A-hàm* này, được ấn hành trong Đại Chánh, ở cuối kinh, tựa đề là "Hậu xuất Trung A-hàm kinh ký."²⁸ Bài ký viết:

"Trước đây, tại Trường An Thích pháp sư dịch *Trung A-hàm, Tăng nhất, A-tì-đàm, Quảng thuyết* (Bệ-bà-sa, hay A-tì-đàm Tì-bà-sa, thất lạc), Tăng-già-la-xoa (*Tăng-già-la-sát tập* kinh), *A-tì-đàm* tâm (*A-tì-đàm tâm luận*, thất lạc), *Bà-tu-mật, Tam pháp độ, Tùng giải thoát* của hai chúng, *Tùng giải thoát duyên*.²⁹ Các Kinh Luật được phiên dịch này, tổng cộng, có hơn trăm vạn lời; nhưng thảy đều sai lạc ý chỉ của nguyên bản, danh không phù hợp với thực, từ nghĩa mơ hồ, văn cú lệch lạc. Đấy là do người dịch nông nổi, chưa thông thạo Hán ngữ.

"Gặp lúc chiến tranh bộc phát giữa Yên và Tần; Quan Trung rơi vào đại loạn. Do bởi bậc Lương tượng lánh xa cõi đời, cho nên không người cải chính.

---

²⁷ 豫州沙門道慈筆受. Đại Chánh, Trung A-hàm kinh quyển 1 nói khác: Tăng-già-đề-bà dịch, *Đạo Tổ* bút thọ 三藏瞿曇僧伽提婆譯道祖筆受.
²⁸ 後出中阿含經記 T01n0026, tr. 809b01.
²⁹ 《中阿含》、《增壹》、《阿毘曇》、《廣說》、《僧伽羅叉》、《阿毘曇心》、《婆須蜜》、《三法度》、《二眾從解脫》、《從解脫緣》

"Trải qua mấy năm, Quan Đông có hơi yên ổn. Đạo nhân người Ký Châu là Thích Pháp Hòa; sa-môn người Kế-tân là Tăng-già-đề-hòa, cùng tập họp môn đồ đi về Lạc Ấp. Trong vòng 4, 5 năm, Sư nghiên cứu, diễn giảng chuyên tinh, do đó Hán ngữ dần dần trở nên thông thạo, nên mới nhận biết những chỗ sai lầm trong các bản dịch trước. Pháp Hòa ân hận vì những sai lầm này, bèn hỗ trợ Đề-bà dịch lại *A-tì-đàm Quảng thuyết*. Từ đó trở đi, các bản dịch Kinh Luật dần dần được chính xác. Duy *Trung A-hàm, Tăng-già-la-xoa, Bà-tu-mật, Tùng giải thoát duyên*, đều được dịch trở lại. Gặp lúc bấy giờ Tăng-già-đề-bà đến Kinh đô, tùy vận mà giáo hóa, ban bố Pháp ở Giang Tả.

"Bấy giờ có vị Đại trưởng giả nước Tấn là Thượng thư lệnh Vệ tướng quân, Đông đình hầu Ưu-bà-tắc Vương Nguyên Lâm, xem sự thường hộ trì Chánh pháp là phận sự của mình; tức là đàn-việt. Vì mục đích dịch Kinh, ông tạo lập tinh xá, thỉnh mời cao tăng hữu đạo như Thích Huệ Trì, cùng với các sa-môn nghĩa học, hơn 40 vị; cung cấp nơi ở, cùng các nhu yếu không thiếu. Lại dự thỉnh Kinh sư Tăng-già-la-xoa cúng dường đến mấy năm. Sau đó, niên hiệu Long An thứ nhất, tại tinh xá ở Dương Châu, ông đề nghị dịch lại *Trung A-hàm* này. Thỉnh sa-môn người Kế-tân là Tăng-già-la-xoa đọc bản Phạn; Tăng-già-đề-bà chuyển dịch sang tiếng Hán; Dự Châu sa-môn Thích Đạo Từ bút thọ. Năm sau, bản thảo hoàn tất.

"*Trung A-hàm* này gồm 5 tụng, 18 phẩm, 222 kinh, kể có đến 51 vạn 4 nghìn 8 trăm 25 chữ, phân làm 60 quyển.

"Bấy giờ, trong nước có đại nạn, nên bản dịch cho đến Long An thứ 5 (Tl. 401) mới được chính thức sao chép, hiệu đính và lưu truyền.

"Bản dịch này, so với bản dịch trước (bởi Đàm-ma-nan-đề) có nhiều chỗ bất đồng. Trong số 222 kinh, nếu dịch cho êm xuôi thì e sợ trái với ý chỉ của bậc Thánh; nếu y theo bản gốc, thì các từ ngữ phần nhiều khác với trước, nghịch với thói quen đã có, không thiệp với nhận thức số đông, Vì vậy, người dịch không thể tự chuyên. Giờ có bản cải chính, nhưng vẫn theo tên gọi như trước. Song le, sự dị đồng giữa năm bộ, ai biết đâu là chính, mà Đạo Từ thì theo ý ngu nhặt ra những chỗ sai lầm với nguyên bản đã được cải chính, sao chép lại dưới đây; cả hai bản mới và cũ đều được giữ lại, tập thành một quyển, cùng liền với mục lục, để truyền cho đời sau, các bậc Hiền trong tương lai biết những chỗ dị đồng, tiện bề tham khảo. Nếu may mà gặp vị cao minh ngoại quốc giỏi của Hán và Phạn, sẽ có thể tham vấn những được mất, rồi sửa lại cho hoàn hảo."

Trong bài Hậu ký, Đạo Từ có nói đến bảng đối chiếu những điểm dị đồng giữa hai bản dịch; rất tiếc, bảng đối chiếu này hiện thất lạc.

Qua các tường thuật dẫn trên, chúng ta cũng được biết sự nghiệp phiên dịch của Tăng-già-đề-bà đại khái chia làm hai giai đoạn. Thời kỳ đầu, tại Trường An và Lạc Dương. Khởi đầu, mới đến Trung Hoa nên chưa thông Hán ngữ; khởi sự tham gia hỗ trợ Đàm-ma-nan-đề dịch *Trung* và *Tăng nhất*. Các bản dịch của Sư trong thời này được nhắc đến gồm có *A-tì-đàm* bát kiền độ luận, 8 quyển; *A-tì-đàm* tâm luận, 20 quyển; *Bệ-bà-sa A-tì-đàm* (= *Quảng thuyết*), 14 quyển. Các bản dịch này về sau khi Tăng-già-đề-bà lánh nạn sang Lạc Dương khá tinh thông Hán tự được hiệu chính lại.

Thời kỳ thứ hai, do thỉnh cầu của Huệ Viễn, Tăng-già-đề-bà đến Lô Sơn; tại đây dịch *A-tì-đàm* tâm luận, 4 quyển; đồng thời hiệu chính *Tăng nhất* bản dịch của Đàm-ma-nan-đề và dịch lại *Trung A-hàm*, 60 quyển. Bản dịch này do Tăng-già-la-xoa đọc Phạn bản; Tăng-già-đề-bà đọc lời dịch. Như vậy, trong cả hai lần dịch, lần trước do Đàm-ma-nan-đề chủ trì; lần này do tự thân; thảy đều do người khác đọc bản Phạn; theo đó có thể biết Tăng-già-đề-bà không phải chuyên tinh *Trung A-hàm*. Điều này cũng có thể giải thích lý do về một số nhầm lẫn trong bản Hán; tất nhiên do người dịch chưa nắm hết ý nghĩa của Kinh văn. Những nhầm lẫn này thảy đều được ghi chú trong bản dịch Việt ở đây.

Về cuối đời, theo lời tán của *Cao tăng truyện*,[30] Tăng-già-đề-bà do du lãm rất nhiều nơi trong và ngoài Trung Hoa, nên biết rất nhiều phong tục các địa phương; tính cách con người rất thong dong, nhạy bén, rất khéo léo trong đàm luận; sự nghiệp hoằng pháp rất rộng rãi; nhưng cuối đời không biết đi đâu.

---

[30] 高僧傳卷第一梁會稽嘉祥寺沙門釋慧皎撰 *Cao tăng truyện*, Huệ Hạo soạn, quyển 1, truyện thứ 13: Tăng-già-đề-bà T50n2059, tr. 322c13.

THƯ MỤC ĐỐI CHIẾU HÁN - PALI
TRUNG A-HÀM – *MAJJHIMANIKAYA*

* 中阿含經 東晉孝武及安帝世隆安元年十一月至二年六月了於東亭寺罽賓三藏瞿曇僧伽提婆譯道祖筆受

Kinh Trung A-hàm – Kế-tân Tam tạng Tăng-già-đề-bà (*Saṅghadeva*) dịch, Đạo tổ bút thọ, 60 quyển, T01n0026, tr. 421a01.

Skt. *Madhyamāgama*

* Pāli: **Majjhima-nikāya**. (vt. MN hay M.) - Ấn bản PTS (Pāli Texts Society) gồm 3 tập, 150 kinh (*sutta*): I. 1-77 (tr. 1-481); II. 77-100 (tr. 1-266); III. 101-150. (tr. 1-302). Tham khảo, dẫn theo số kinh MN1-152 (M. 152), hoặc dẫn theo số trang PTS: M I. 1. 418; M II 1-266; M III 1.302.

TỤNG MỘT: SƠ TỤNG
(Tụng ngày thứ nhất, 5 phẩm ½, gồm 64 Kinh)

I. PHẨM THẤT PHÁP 七法品第一
(10 Kinh, tụng ngày thứ nhất)

(1) Thiện Pháp Kinh (q.1)

善法經第一 T01n0026, tr. 421a12.

    * A. VII. 64. *Dhammaññūsuttaṃ*

    * TN.27: Thất tri kinh.

    * TN.125(39. 1)

(2) Trú Độ Thọ Kinh

晝度樹經第二 T01n0026, tr. 422a18

    * A. VII. 65. *Pārichattakasuttaṃ*

    * TN.28: Viên sinh thọ kinh.

    * TN.125(39. 2).

(3) Thành Dụ Kinh

城喻經第三 T01n0026, tr. 422c09

    * A. VII. 63. *Nagarasuttaṃ*

    * TN.125(39. 4).

(4) Thủy Dụ Kinh

水喻經第四 T01n0026, tr. 424a13

   * A. VII. 15. *Udakūpamasuttaṃ*

   * TN.29: Diêm thủy dụ kinh.

   * TN.125(39. 3).

(5) Mộc Tích Dụ Kinh

木積喻經第五 T01n0026, tr. 425a15

   * A. VII. 68. *Aggisuttaṃ*.

   * TN.125(33. 10).

(6) Thiện Nhân Vãng Kinh (q.2)

善人往經第六 T01n0026, tr. 427a13

   * A. VII. 52. *Purisagatisuttaṃ*

(7) Thế Gian Phước Kinh

世間福經第七 T01n0026, tr. 427c25

   * TN.125(40. 7).

(8) Thất Nhật Kinh

七日經第八 T01n0026, tr. 428c07

   * A. VII. 62. *Suriyasuttaṃ*

   * TN.30: Tát-bát-đa-tô-lị-dũ-nại-dã kinh.

   * TN.125(40. 1).

(9) Thất Xa Kinh

七車經第九　T01n0026, tr. 429c28

 * M. 24. *Rathavinītasuttaṃ*

 * TN.125(39. 10)

(10) Lậu Tận Kinh

漏盡經第十　T01n0026, tr. 431c13

 * M. 2. *Sabbāsavasuttaṃ*

 * TN.31: Nhất thiết lưu nhiếp thủ nhân kinh.

 * TN.125(40. 6)

II. PHẨM NGHIỆP TƯƠNG ƯNG 業相應品第二
(10 Kinh, tụng ngày thứ nhất)

(11) Diêm Dụ Kinh (q.3)

鹽喻經第一　T01n0026, tr. 433a12

 * A. III. 99. *Loṇaphalasuttaṃ*.

(12) Hòa-phá Kinh

惒破經第二　T01n0026, tr. 434a12

 * A. IV. 195. *Vappasuttaṃ*.

(13) Độ Kinh

度經第三 T01n0026, tr. 435a24

* A. III. 61. *Titthasduttaṃ*.

(14) La-vân Kinh

羅云經第四 T01n0026, tr. 436a12

* M. 61. *Rāhulovādasuttaṃ*.

(15) Tư Kinh

思經第五 T01n0026, tr. 437b24

* A. X. 207 - 208.

(16) Già-lam Kinh

伽藍經第六 T01n0026, tr. 438b13

* A. III. 65. *Kesaputtiyāsuttaṃ*.

(17) Già-di-ni Kinh (3)

伽彌尼經第七 T01n0026, tr. 439c23

(18) Sư Tử Kinh (4)

師子經第八 T01n0026, tr. 440c22

* A. VIII. 12. *Sīhasuttaṃ*.
* Thc. ~ *Vinaya*, Mv. VI. 31. 10 -11.

(19) Ni-kiền Kinh

尼乾經第九T01n0026, tr. 442b29

* M. 10 *Devadahasuttaṃ*.

(20) Ba-la-lao Kinh

波羅牢經第十 T01n0026, tr. 445a25

* S. 42. 13. *Pāṭalisuttaṃ*.

III. PHẨM XÁ-LỢI TỬ TƯƠNG ƯNG 舍梨子相應品第三
(11 Kinh, tụng ngày thứ nhất)

(21) Đẳng Tâm Kinh (q. 5)

等心經第一 T01n0026, tr. 448c19

* A. II. 4. (5 -6)

(22) Thành Tựu Giới Kinh (q. 5)

成就戒經第二 T01n0026, tr. 449c07

* A. V. 166. *Nirodhasuttaṃ*.

(23) Trí Kinh (5)

智經第三 T01n0026, tr. 451a01

* S. 12. 32. *Kāḷārakhattiyasuttaṃ*.

(24) Sư Tử Hống Kinh (5)

師子吼經第四 T01n0026, tr. 452b22

* A. IX. 11. *Vutthasuttaṃ*.

(25) Thủy Dụ Kinh (5)

水喻經第五 T01n0026, tr. 454a03

* A.V. 162. *Āghātavinayasuttaṃ*.

(26) Cù-ni-sư Kinh (6)

瞿尼師經第六 T01n0026, tr. 454c24

* M. 69. *Gulissānisuttaṃ*.

(27) Phạm chí Đà-nhiên Kinh (q. 6)

梵志陀然經第七 T01n0026, tr. 456a22

* M. 97. *Dhānañjanisuttaṃ*.

(28) Giáo Hóa Bệnh Kinh (6)

教化病經第八 T01n0026, tr. 458b28

* M. 143. *Anāthapiṇḍikasuttaṃ*.

(29) Đại Câu-hi-la Kinh (7)

大拘絺羅經第九 T01n0026, tr. 461b22

* A. IX. 13; A. IV. 174. &c. ...

(30) Tượng Tích Dụ Kinh (q. 7)

象跡喻經第十 T01n0026, tr. 464b17

* M. 28. *Hatthipadopama.* (*Mahā*).

(31) Phân Biệt Thánh Đế Kinh (q. 7)
分別聖諦經第十一 T01n0026, tr. 467a28

* M. 141. *Saccavibhaṅga.*
* TN.32: Tứ đế kinh.
* TN.125(27. 1)

IV. PHẨM VỊ TẰNG HỮU 未曾有法品第四
(10 Kinh, tụng ngày thứ nhất)

(32) Vị Tằng Hữu Pháp Kinh (q. 8)
未曾有法經第一 T01n0026, tr. 469c20

* M. 123. *Acchariyabbhutadhamma.*

(33) Thị Giả Kinh (q. 8)
侍者經第二 T01n0026, tr. 471c27

(34) Bạc-câu-la Kinh (q. 8)
薄拘羅經第三 T01n0026, tr. 475a11

* M. 124. *Bakkula.*

(35) A-tu-la Kinh (q. 8)
阿修羅經第四 T01n0026, tr. 475c16

* A. VIII. 19. *Pahārāda*.

* TN.125(42. 4)

(36) Địa Động Kinh (q. 9)

地動經第五 T01n0026, tr. 477b23

* A. VIII. 70. *Bhūmicāla*.

* TN.125(42. 5)

(37) Chiêm-ba Kinh (q. 9)

瞻波經第六 T01n0026, tr. 478b13

* A. VIII. 20. *Uposatha*.

* TN.33: Hằng thủy kinh.

* TN.34: Pháp hải kinh.

* TN.35: Hải bát đức kinh; cf. ~*Vinaya*, Cv. IX. 1.4

(38) Úc-già Trưởng Giả Kinh (q. 9)

郁伽長者經第七 T01n0026, tr. 479c11

* A. VIII. 21. *Ugga*.

(39) Úc Già Trưởng Giả Kinh (q. 9)

郁伽長者經第八 T01n0026, tr. 481b13

(40) Thủ Trưởng Giả Kinh (q. 9)

手長者經第九 T01n0026, tr. 482c07

* A. VIII. 24. *Hatthaka.*

(41) Thủ Trưởng Giả Kinh (q. 9)

手長者經第十 T01n0026, tr. 484b28

* A. VIII. 23. *Hatthaka.*

V. PHẨM TẬP TƯƠNG ƯNG 習相應品第五
(16 Kinh, tụng ngày thứ nhất)

(42) Hà Nghĩa Kinh (q. 10)

何義經第一 T01n0026, tr. 485a13

* A. X. 1. *Kimatthiya.*

(43) Bất Tư Kinh (q. 10)

不思經第二 T01n0026, tr. 485b19

* A. X. 2. *Cetanā.*

(44) Niệm Kinh (q. 10)

念經第三 T01n0026, tr. 485c22

* cf. A. VIII. 81. *Sati.*

(45) Tàm Quý Kinh (q. 10)

慚愧經第四 T01n0026, tr. 486a05

* A. VIII. 81. Sati; A. X. 3. *Sīla.*

(46) Tàm Quý Kinh (q. 10)

慚愧經第五 T01n0026, tr. 486a21

* A. VIII. 81. *Sati*; A. X. 3. *Sīla*.

(47) Giới Kinh (q. 10)

戒經第六 T01n0026, tr. 486b23

* A. X. 3. *Sīla*.

(48) Giới Kinh (q. 10)

戒經第七 T01n0026, tr. 486c03

* A. X. 4. *Upanisā*.

(49) Cung Kỉnh Kinh (q. 10)

恭敬經第八 T01n0026, tr. 486c21

* A. V. 21 -22. *Gārava*.

(50) Cung Kỉnh Kinh (q. 10)

恭敬經第九 T01n0026, tr. 487a15

* A. V. 21 -22. *Gārava*.

(51) Bổn Tế Kinh (q. 10)

本際經第十 T01n0026, tr. 487b03

* A. X. 61-62. *Āhāra*.
* TN.36: Bổn tướng ỷ trí kinh.

* TN.37: Duyên bổn trí kinh.

(52) Thực Kinh (q.10)

食經第十一 T01n0026, tr. 487c24

 * A. X. 61-62. *Āhāra*.

(53) Thực Kinh (q. 10)

食經第十二 T01n0026, tr. 489a25

 * A. X. 61-62. *Āhāra*.

(54) Tận Trí Kinh (q.10)

盡智經第十三 T01n0026, tr. 489c28

(55) Niết-bàn Kinh (q. 10)

涅槃經第十四 T01n0026, tr. 490b29

(56) Di-hê Kinh (10)

彌醯經第十五 T01n0026, tr. 491a14

 * A. IX. 3. *Meghiya*.

(57) Tức Vi Tỳ Kheo Thuyết Kinh (q. 10)

即為比丘說經第十六 T01n0026, tr. 492a13

 * A. IX. 1. *Sambhodhi*.

TỤNG HAI: TIỂU THỔ THÀNH
(4 phẩm ½, 52 Kinh)

VI. PHẨM VƯƠNG TƯƠNG ƯNG (A)
王相應王品第六
(14 Kinh, 2 phần: phần i, 7 Kinh; phần ii, 7 Kinh thuộc tụng thứ 2)

(58) Thất Bảo Kinh (q. 11)

七寶經第一 T01n0026, tr. 493a10

  * S. 46. 42. *Cakkavatti.*

  * TN.38: Luân vương thất bảo kinh.

  * TN.99 (721)

  * TN.125(39. 7)

(59) Tam Thập Nhị Tướng Kinh (q. 11)

三十二相經第二 T01n0026_p0493a24

  * D. 30. *Lakkhaṇa.*

(60) Tứ Châu Kinh (11)

四洲經第三 T01n0026_p0494b09

  * *Divyāvadāna.*

  * (pp. 210 - 226); TN.39: Đảnh Sanh vương cố sự kinh.

  * TN.40: Văn Đà Kiệt vương kinh.

(61) Ngưu Phẩn Dụ Kinh (q. 11)

牛糞喻經第四 T01n0026_p0496a15

　* S. 22. 96. *Gomaya.*

　* TN.99 (264)

(62) Tần-tì-bà-la Vương Nghinh Phật Kinh (q. 11)

頻鞞娑邏王迎佛經第五 T01n0026_p0497b02

　* ~ *Vinaya*, Mv. V. 1. 22.

　* TN.41: Tần-bà-sa-la Vương kinh. Skt. *Biṁbisāra-pratyudgamana nāma mahāsūtra.*

(63) Tì-bà-lăng-kì Kinh (q. 12)

鞞婆陵耆經第六 T01n0026_p0499a09

　* M. 81. *Ghaṭīkāra.*

(64) Thiên Sứ Kinh (q. 12)

天使經第七 T01n0026_p0503a21

　* M. 130. *Devadūta.*

　* TN.42: Thiết thành nê-lê kinh.

　* TN. 43: Diêm la vương ngũ thiên sứ giả kinh.

　* TN.125(32. 4)

TỤNG HAI: TIỂU THỔ THÀNH
(Tụng ngày thứ hai, Tiểu thổ thành tụng, 4 phẩm ½, 52 Kinh)

VII. PHẨM VƯƠNG TƯƠNG ƯNG (B) 王相應品

(65) Ô Điểu Dụ Kinh (q. 13)

烏鳥喻經第一 T01n0026_p0506b11

(66) Thuyết Bổn Kinh (q. 13)

說本經第二 T01n0026_p0508c09

* cf. ~ *Theragāthā* 910 -919.

* TN.44: Cổ lai thế thời kinh.

(67) Đại Thiên Nại Lâm Kinh

大天㮈林經第三 T01n0026_p0511c21

* M. 83. *Makhadeva*.

* TN.125(50.4)

(68) Đại Thiện Kiến Vương Kinh

大善見王經第四 T01n0026_p0515b03

* D. 17. *Mahāsudassana*.

* TN.1(2), 45: Đại chánh cú vương kinh.

(69) Tam Thập Dụ Kinh

三十喻經第五 T01n0026_p0518c09

(70) Chuyển Luân Vương Kinh

轉輪王經第六 T01n0026_p0520b16

 * D. 26. *Cakkavatti.*

 * TN.1(6)

(71) Bế-tứ Kinh

蜱肆經第七 T01n0026_p0525a10

 * D. 23. *Pāyāsi.*

 * TN.1(7)

VIII. PHẨM TRƯỜNG THỌ VƯƠNG
長壽王品第七
(Tiểu thổ thành tụng, 15 Kinh)

(72) Trường Thọ Vương Bổn Khởi Kinh

長壽王本起經第一 T01n0026_p0532c09

 * M. 128. *Upakkilesiya.*

 * TN.125(24.8)

(73) Thiên Kinh

天經第二 T01n0026_p0539b19

* A. VIII. 64. *Gayā*.

(74) Bát Niệm Kinh

八念經第三 T01n0026_p0540c18

* A. VIII. 30. *Anuruddha*.
* TN.46: A-na-luật bát niệm kinh.
* TN.125(42.6).

(75) Tịnh Bất Động Đạo Kinh

淨不動道經第四 T01n0026_p0542b03

* M. 106. *Āneñjasappāya*.

(76) Úc Già Chi La Kinh

郁伽支羅經第五 T01n0026_p0543c01

(77) Sa Kê Đế Tam Tộc Tính Tử Kinh

娑雞帝三族姓子經第六 01n0026_p0544b21

* M. 8. *Naḷakapāna*.

(78) Phạm Thiên Thỉnh Phật Kinh

梵天請佛經第七 T01n0026_p0547a09

* M. 49. *Brahmanimantanika*.

(79) Hữu Thắng Thiên Kinh

有勝天經第八 T01n0026_p0549b03

　　* M. 127. *Anuruddha*.

(80) Ca-thi-na Kinh

迦絺那經第九 T01n0026_p0551c26

(81) Niệm Thân Kinh

念身經第十 T01n0026_p0554c10

　　* M. 119. *Kāyagatāsati*.

(82) Chi-li-di-lë Kinh

支離彌梨經第十一 T01n0026_p0557c17

　　* A. VI. 6. *Citta*.

(83) Trưởng Lão Thượng Tôn Thụy Miên Kinh

長老上尊睡眠經第十二 T01n0026_p0559b27

　　* A. VII. 58. *Pacala*

　　* TN.47: Ly thuỵ kinh.

(84) Vô Thích Kinh (q. 21)

無刺經第十三 T01n0026_p0560b22

　　* A. X. 72. *Kaṇṭhaka*.

(85) Chân Nhân Kinh

真人經第十四 T01n0026_p0561a20

* M. 113. *Sappurisa.*

* TN.48: Thị pháp phi pháp kinh.

(86) Thuyết Xứ Kinh

說處經第十五 T01n0026_p0562a19

* M. 148. *Chachakka.*

IX. PHẨM UẾ 穢品第八
(Tiểu thổ thành tụng, 15 Kinh)

(87) Uế Phẩm Kinh (q. 22)

穢品經第一 T01n0026_p0566a13

* M. 5. *Anaṅgaṇa.*

* TN.49: Cầu dục kinh.

* TN.125(25.6)

(88) Cầu Pháp Kinh

求法經第二 T01n0026_p0569c23

* M. 3. *Dhammadāyāda.*

(89) Tỳ Kheo Thỉnh Kinh (q. 23)

比丘請經第三 T01n0026_p0571b29

* M. 15. *Anunāma.*

* TN.50: Thọ tuế kinh.

(90) Tri Pháp Kinh

知法經第四 T01n0026_p0572c14

* A. X. 24. *Cunda.*

(91) Chu-na Vấn Kiến Kinh

周那問見經第五 T01n0026_p0573b13

* N. 8. *Sallekha.*

(92) Thanh Bạch Liên Hoa Dụ Kinh

青白蓮華喻經第六 T01n0026_p0574c01

(93) Thủy Tịnh Phạm Chí Kinh

水淨梵志經第七 T01n0026_p0575a19

* M. 7. *Vatthūpama.*

* TN.51: Phạm chí kế thủy tịnh kinh.

* TN.99(1.185)

* TN.100(99)

* TN.125(13.5)

(94) Hắc Tỳ Kheo Kinh

黑比丘經第八 T01n0026_p0576a16

* A. X. 87. *Adhikaraṇa.*

(95) Trụ Pháp Kinh

住法經第九 T01n0026_p0577b02

　　* A. X. 17. *Nātha.*

(96) Vô Kinh

無經第十 T01n0026_p0577c15

X. PHẨM NHÂN 因品第九
(Tiểu thổ thành tụng, phần ii)

(97) Đại Nhân Kinh

大因經第一 T01n0026_p0578b07

　　* D. 15. *Mahānidāna.*

　　* TN.1(13)

　　* TN. 11: Ni câu đà phạm chí kinh.

　　* TN.52: Đại sinh nghĩa kinh.

(98) Niệm Xứ Kinh (q. 24)

念處經第二 T01n0026_p0582b07

　　* M. 10. *Satipaṭṭhāna.*

　　* TN.125(12.1)

(99) Khổ Ấm kinh (q. 25)

苦陰經第三 T01n0026_p0584c08

* M. 13. *Dukkhakkhandha.*
* TN.53: Khổ ấm kinh.
* TN.125(21.9)

(100) Khổ Ấm Kinh

苦陰經第四 T01n0026_p0586b02

* M. 14. *Dukkhakkhandha.*
* TN.54: Thích Ma nam bổn tứ tử kinh.
* TN.55: Khổ ấm nhân sự kinh.

(101) Tăng Thượng Tâm Kinh

增上心經第五 T01n0026_p0588a03

* M. 20. *Vitakkhasanthāna.*

(102) Niệm Kinh

念經第六 T01n0026_p0589a11

* M. 19. *Dvedhāvitakka.*

(103) Sư Tử Hống Kinh (q. 26)

師子吼經第七 T01n0026_p0590b05

* M. 11. *Sīhanāda* (*Cūḷa*)

(104) Ưu-đàm-bà-la Kinh

優曇婆邏經第八 T01n0026_p0591b26

   * D. 25. *Udumbarika.*

   * TN.1(8)

   * TN.11: Ni câu đà phạm chí kinh.

(105) Nguyện Kinh

願經第九 T01n0026_p0595c11

   * M. 6. *Akaṅkheya.*

(106) Tưởng Kinh

想經第十 T01n0026_p0596b09

   * M. 1. *Mūlapariyāya.*

   * TN.56: Lạc tưởng kinh.

XI. PHẨM LÂM 林品第十
(Tiểu thổ thành tụng, 10 Kinh)

(107) Lâm Kinh (I)

林經第一 T01n0026_p0596c25

   * M. 17. *Vanapatha.*

(108) Lâm Kinh (II) (q. 27)

林經第二 T01n0026_p0596c25

* M. 17. *Vanapatha*.

(109) Tự Quán Tâm Kinh (I)

自觀心經第三 T01n0026_p0598b07

　　* A. X. 5 & 54. *Sacitta*.

(110) Tự Quán Tâm Kinh (II)

自觀心經第四 T01n0026_p0598c21

　　* A. X. 5 & 54. *Sacitta*.

(111) Đạt Phạm Hạnh Kinh

達梵行經第五 T01n0026_p0599b08

　　* A. VI. 63. *Nibbedhīka*.

　　* TN.57: Lậu phần bố kinh.

(112) A-nô-ba Kinh

阿奴波經第六 T01n0026_p0600b28

　　* A. VI. 62. *Udaka*.

　　* TN.58: A nậu phong kinh.

(113) Chư Pháp Bổn Kinh

諸法本經第七 T01n0026_p0602b28

　　* A. VIII. 83, A. X. 58. *Mūla*.

　　* TN.59: Chư pháp bổn kinh.

(114) Ưu-đà-la Kinh (q. 28)

優陀羅經第八 T01n0026_p0603a03

  * S. 35. 103. *Uddaka*.

(115) Mật Hoàn Dụ Kinh

蜜丸喻經第九 T01n0026_p0603b09

  * M. 18. *Madhupiṇḍika*.
  * TN.125(40.9)

(116) Cù-đàm-di Kinh

瞿曇彌經第十 T01n0026_p0605a08

  * A. VIII. 51. *Dhammika, Vinaya, Culla*-v. X. 1. *Gotamī*.
  * TN.60: Cù đàm di ký quả kinh.

TỤNG BA: NIỆM TỤNG *(2 phẩm, 25 Kinh)*

XII. PHẨM ĐẠI 大品第十一

(117) Nhu Nhuyễn Kinh (q. 29)

柔軟經第一 T01n0026_p0607c04

  * A. III. 38-39. *Sukhumāla.*

(118) Long Tượng Kinh

龍象經第二 T01n0026_p0608b02

  * A. VI. 43. *Nāga.*

(119) Thuyết Xứ Kinh

說處經第三 T01n0026_p0609a06

  * A. III. 67. *Kathāvatthu.*

(120) Thuyết Vô Thường Kinh

說無常經第四 T01n0026_p0609c02

  * S. 22. 76. *Arahanta.*

(121) Thỉnh Thỉnh Kinh.

請請[31]經第五 T01n0026_p0610a08

---

[31] Cước chú bản Tống và Minh: chữ 請 *thỉnh* sau đọc là 慈井反, âm *tỉnh*.

* S. 8. 7. *Pavāraṇā*.

* TN.61: Thọ tân tuế kinh.

* TN.62: Tân tuế kinh.

* TN.63: Giải hạ kinh.

* TN.99(1212)

* TN.100(228)

* TN.125(32.5)

(122) Chiêm-ba Kinh

瞻波經第六 T01n0026_p0610c22

* A. VIII. 10. *Kāraṇḍava*.

* TN.64: Chiêm bà tỳ-kheo kinh.

(123) Sa-môn Nhị Thập Ức Nhĩ Kinh

沙門二十億經第七 T01n0026_p0611c26

* A. VI. 55. *Soṇa*.

* TN.99(254)

* TN.125(23.3)

(124) Bát Nạn Kinh

八難經第八 T01n0026_p0613a27

* A. VIII. 29. *Akkhaṇā Vuṭṭhā*.

* TN.125(42.1)

(125) Bần Cùng Kinh

貧窮經第九 T01n0026_p0614a13

   * A. VI. 45. *Dālidya.*

(126) Hành Dục Kinh (q. 30)

行欲經第十 T01n0026_p0615a08

   * A. X. 91. *Kāmabhogī.*

   * TN. 65: Phục dâm kinh.

(127) Phước Điền Kinh

福田經第十一 T01n0026_p0616a05

   * A. II. 4. 4.

   * TN.99(992)

(128) Ưu-bà-tắc Kinh

優婆塞經第十二 T01n0026_p0616a27

   * A. V. 179. *Gīhi.*

(129) Oán Gia Kinh

怨家經第十三 T01n0026_p0617b19

   * A. VII. 60. *Kodhanā.*

(130) Giáo Đàm-di Kinh

教曇彌經第十四 T01n0026_p0618b18

* A. VI. 54. *Dhammika*.

(131) Hàng Ma Kinh

降魔經第十五 T01n0026_p0620b07

* M. 50. *Māratajjaniya*.
* TN.66: Ma nhiễu loạn kinh.
* TN. 67: Ma thí Mục Liên kinh.

(132) Lại-tra-hòa-la Kinh (q. 31)

賴吒惒羅經第十六 T01n0026_p0623a11

* M. 82. *Raṭṭhapāla*.
* TN.68: Lại-tra-hòa-la kinh.
* TN.69: Hộ Quốc kinh.

(133) Ưu-ba-li Kinh (q. 32)

優婆離經第十七 T01n0026_p0628a18

* M. 56. *Upāli*.

(134) Thích Vấn Kinh (q. 33)

釋問經第十八 T01n0026_p0632c27

* D. 21. *Sakkapañha*.
* TN.1(16); TN.15: Đế Thích sở vấn kinh.

(135) Thiện Sanh Kinh (33)

善生經第十九 T01n0026_p0638c06

    * D. 31. *Siṅgālaka*.

    * TN.1(16)

    * TN.16: Thi-ca-la-việt lục phương lễ kinh.

    * TN.17: Thiện sanh tử kinh.

(136) Thương Nhân Cầu Tài Kinh (q. 34)

商人求財經第二十 T01n0026_p0642a28

    * *Jātaka*. TN.169. *Valāhassa*.

    * TN.125(45.1)

(137) Thế Gian Kinh (34)

世間經第二十一 T01n0026_p0645b09

    * A. VI. 23. *Loka*.

(138) Phước Kinh (34)

福經第二十二 T01n0026_p0645c14

    * A. VII. 58 (phần cuối).

(139) Tức Chỉ Đạo Kinh (q. 34)

息止道經第二十三 T01n0026_p0646c09

    * *Vijaya*.

(140) Chí Biên Kinh (q. 34)

至邊經第二十四 T01n0026_p0647a15

* Itivuttaka 91. Jīvita.
* TN.768.32.

(141) Dụ Kinh (q. 34)

喻經第二十五 T01n0026_p0647b18

* S.3. 2. 7-8. Appamāda. Cf. Itivuttaka 23. Ubho atthe.
* TN.99(1239)
* TN.100(66)
* TN.768.12.

XIII. PHẨM PHẠM CHÍ (A) 梵志品第十二
(10 Kinh)

(142) Vũ Thế Kinh (35)

雨勢經第一 T01n0026_p0648a24

* A. VII. 20. Vassakāra; D. 16. Mahāparinibbāna I. 1-11.
* TN.1(2)
* TN.125(40.2)

(143) Thương-ca-la Kinh (q. 35)

傷歌邏經第二 T01n0026_p0650b09

* A. III. 60. Saṅgārava.

(144) Toán Số Mục Kiền Liên Kinh (q. 35)

算數目揵連經第三 T01n0026_p0652a07

* M. 107. *Gaṇakamoggallāna*.
* TN.70: Số kinh.

(145) Cù-mặc Mục-kiền-liên Kinh (q. 36)

瞿默目揵連經第四 T01n0026_p0653c20

* M. 108. *Gopakamoggallāna*.

(146) Tượng Tích Dụ Kinh (q. 36)

象跡喻經第五 T01n0026_p0656a14

* M. 27. *Hatthipadopama* (*Cūḷa*).

(147) Vấn Đức Kinh (q. 36)

聞德經第六 T01n0026_p0658a29

(148) Hà Khổ Kinh (q. 36)

何苦經第七 T01n0026_p0659b15

* cf. A. V. 31. *Verses*.
* TN.125(17.8)

(149) Hà Dục Kinh (q. 37)

何欲經第八 T01n0026_p0660c01

* A. VI. 52. *Khattiya*.

* TN.125(37.8)

(150) Uất-sấu-ca-la Kinh (37)

欝瘦歌邏經第九 T01n0026_p0660c29

   * M. 96. *Esukāri.*

(151) A-nhiếp-hòa Kinh (37)

阿攝恕經第十 T01n0026_p0663b25

   * M. 93. *Assalāyana.*

   * TN.71: Phạm chí Át-ba-la duyên vấn chủng tôn kinh.

TỤNG BỐN: PHÂN BIỆT TỤNG *(3 phẩm ½, 35 Kinh)*

XIV. PHẨM PHẠM CHÍ (B) 梵志品第二
(10 Kinh)

(152) Anh Vũ Kinh (q. 38)

鸚鵡經第一 T01n0026_p0666c26

* M. 99. *Subha.*

(153) Man³²-nhàn-đề Kinh (q. 38)

鬚閑提經第二 T01n0026_p0670a26

* M. 75. *Māgandiya.*

(154) Bà La Bà Đường Kinh (q. 39)

婆羅婆堂經第三 T01n0026_p0673b04

* D. 27. *Aggañña.*

* TN.1(5)

(155) Tu-đạt-đa Kinh (q. 39)

須達哆經第四 T01n0026_p0677a08

* A. IX. 20. *Velāma.*

* TN.72: Tam quy ngũ giới từ tâm yểm ly công đức kinh.

---

³² Để bản 鬚 *tu*, Hán chép nhầm, đọc đúng phải là 鬘 *man*.

* TN.73: Tu Đạt kinh.
* TN.74: Trưởng giả thí báo kinh.
* TN.125(27.3)

(156) Phạm-ba-la-diên Kinh (q. 39)
梵波羅延經第五 T01n0026_p0678a23

* Sn. (19) *Brahmāṇadhammika.*

(157) Hoàng Lô Viên Kinh (q. 40)
黃蘆園經第六 T01n0026_p0679b04

* A. VIII. 11. *Verañja.*

* TN.75: Phật vị Hoàng Trúc Viên lão bà-la-môn thuyết học kinh.

(158) Đầu-na Kinh (q. 40)
頭那經第七 T01n0026_p0680b20

* A. V. 192. *Doṇa.*

(159) A-già-la-ha-na Kinh (q. 40)
阿伽羅訶那經第八 T01n0026_p0681c25

(160) A-lan-na Kinh (q. 40)
阿蘭那經第九 T01n0026_p0682b10

* A. VII. 70. *Araka.*

(161) Phạm-ma Kinh (q. 41)

梵摩經第十 T01n0026_p0685a05

* M. 91. *Brahmāyu.*

* TN.76: Phạm Ma Dụ Kinh.

XV. PHẨM CĂN BỔN PHÂN BIỆT 根本分別品
(10 Kinh)

(162) Phân Biệt Lục Giới Kinh (q. 42)

分別六界經第一 T01n0026_p0690a19

* M. 110. *Dhātu-vibhaṅga.*

(163) Phân Biệt Lục Xứ Kinh (q. 42)

分別六處經第二 T01n0026_p0692b22

* M. 137. *Saḷāyatana-vibhaṅga.*

(164) Phân Biệt Quán Pháp Kinh (q. 42)

分別觀法經第三 T01n0026_p0694b13

* M.138. *Uddesa-vibhaṅga.*

(165) Ôn Tuyền Lâm Thiên Kinh (q. 43)

溫泉林天經第四 T01n0026_p0696b26

* M. 133. *Kaccāna-bhaddekaratta.*

(166) Thích Trung Thiền Thất Tôn Kinh (q. 43)

釋中禪室尊經第五 T01n0026_p0698c03

* M. 134. *Lonassakaṅgiya.*
* *Bhaddekaratta.* TN.77: Tôn thượng kinh.

(167) A-nan Thuyết Kinh (q. 43)

阿難說經第六 T01n0026_p0699c27

* M. 132. *Ānanda-bhaddekaratta.*

(168) Ý Hành Kinh (q. 43)

意行經第七 T01n0026_p0700b24

* M. 120. *Sankhāruppatti.*

(169) Câu-lâu-sấu Vô Tránh Kinh (q. 43)

拘樓瘦無諍經第八 T01n0026_p0701b22

* M. 139. *Araṇa-vibhaṅga.*

(170) Anh Vũ Kinh (q. 44)

鸚鵡經第九 T01n0026_p0703c21

* M. 135. *Kamma-vibhaṅga.*
* *(Cūḷa)* TN.78: Đâu Điều kinh.
* TN.79: Anh Vũ kinh.
* TN.80: Phật vị Thủ Già Trưởng Giả thuyết nghiệp báo sai biệt kinh.

* TN.81: Phân Biệt Thiện Ác Báo ứng Kinh. Skt. *Karmavibhaṅga nāma dharmagrantha.*

(171) Phân Biệt Đại Nghiệp Kinh (q. 44)

分別大業經第十 T01n0026_p0706b12

* M. 136. *Kamma-vibhaṅga.* Skt. *Karma-vibhaṅga.*

XVI. PHẨM TÂM 心品
(10 Kinh)

(172) Tâm Kinh (q. 45)

心經第一 T01n0026_p0709a12

* A. IV. 186. *Ummagga.*

* TN.82: Ý Kinh.

(173) Phù-di Kinh (q. 45)

浮彌經第二 T01n0026_p0709c22

* M. 126. *Bhūmija.*

(174) Thọ Pháp Kinh (A) (q. 45)

受法經第三 T01n0026_p0711b1

* M. 45. *Dhammasamādāna.*

(175) Thọ Pháp Kinh (B) (q. 45)

受法經第四 T01n0026_p0712c04

* M. 46. *Dhammasamādāna.*

* TN.83: Ứng Pháp Kinh.

(176) Hành Thiền Kinh (q. 46)
行禪經第五 T01n0026_p0713c21

(177) Thuyết Kinh (q. 46)
說經第六 T01n0026_p0716b13

(178) Lạp Sư Kinh (q. 47)
獵師經第七 T01n0026_p0718b23

* M. 25. *Nivāpa.*

(179) Ngũ Chi Vật Chủ Kinh (q. 47)
五支物主經第八 T01n0026_p0720a28

* M. 78. *Sāmaṇamaṇḍikā.*

(180) Cù-đàm-di Kinh (q. 47)
瞿曇彌經第九 T01n0026_p0721c21

* M. 142. *Dakkhiṇā-vibhaṅga.*

* TN.84: Phân biệt bố thí kinh.

(181) Đa Giới Kinh (47)
多界經第十 T01n0026_p0723a08

* M. 115. *Bahudhātuka.* Skt. *Dhātubahutaka-sūtra.*

XVII. PHẨM SONG (A) 雙品

(phần i, 5 Kinh)

(182) Mã Ấp Kinh (q. 48)

* M. 39. *Assapura.*

(183) Mã Ấp Kinh (q. 48)

* M. 40. *Assapura.*

(184) Ngưu Giác Sa La Lâm Kinh (q. 48)

* M. 32. *Gosiṅga* (*Mahā*)

* TN.125(37.3)

(185) Ngưu Giác Sa La Lâm Kinh (48)

* M. 31. *Gosiṅga* (*Cūḷa*)

(186) Cầu Giải Kinh (48)

* M. 47. *Vīmaṁsaka.*

TỤNG NĂM: HẬU TỤNG *(3 phẩm ½, 36 Kinh)*

XIII. PHẨM SONG (B) 雙品
(phần ii, 5 Kinh)

(187) Thuyết Trí Kinh (q. 49)

說智經第一 T01n0026_p0732a21

* M. 112. *Chavisodhana.*

(188) A-di-na Kinh (q. 49)

阿夷那經第二 T01n0026_p0734a27

* A. X. 116. *Ajina.* & A. X. 15.

(189) Thánh Đạo Kinh (q. 49)

聖道經第三 T01n0026_p0735b27

* M. 117. *Cattārīsaka.*

(190) Tiểu Không Kinh (q. 49)

小空經第四 T01n0026_p0736c27

* M. 121. *Suññatā (Cūḷa).* Skt. *Śūnyatā nāma mahāsūtra.*

(191) Đại Không Kinh (q. 49)

大空經第五 T01n0026_p0738a03

* M. 122. *Suññatā (Mahā).* Skt. *Mahāśūnyatā nāma mahāsūtra.*

XIV. PHẨM ĐẠI 大品
(10 Kinh)

(192) Ca-lâu-ô-đà-di Kinh (q. 50)

加樓烏陀夷經第一 T01n0026_p0740c15

* M. 66. *Laṭukikopama.*

(193) Mâu-lê-phá-quần-na Kinh (q. 50)

牟犁破群那經第二 T01n0026_p0744a04

* M. 21. *Kakacūpama.*
* TN.125(50.8)

(194) Bạt-đà-hòa-lị Kinh (q. 51)

跋陀和利經第三 T01n0026_p0746b18

* M. 65. *Bhaddāli.*

(195) A-thấp-bối Kinh (q. 51)

阿濕貝經第四 T01n0026_p0749c01

* M. 70. *Kīṭāgiri.*

(196) Châu-na Kinh (q. 52)

周那經第五 T01n0026_p0752c11

* M. 104. *Sāmagāma.*
* TN.85: Tức tránh nhân duyên kinh

(197) Ưu-bà-li Kinh (q. 52)

優婆離經第六 T01n0026_p0755c17

  * *Vinaya.Mah.* IX. 6(1-8)

(198) Điều Ngự Địa Kinh (q. 52)

調御地經第七 T01n0026_p0757a03

  * M. 125. *Dantabhūmi.*

(199) Si Huệ Địa Kinh (q. 53)

癡慧地經第八 T01n0026_p0759a19

  * M. 129. *Bālapaṇḍita.*

  * TN.86: Nê lê kinh.

(200) A-lê-tra Kinh (q. 54)

阿梨吒經第九 01n0026_p0763b01

  * M. 22. *Alagaddūpama.*

(201) Trà-đế Kinh (q. 54)

嗏帝經第十 T01n0026_p0766b28

  * M. 38. *Taṇhāśankhaya (Mahā)*

XV. PHẨM BÔ-ĐA-LỊ 晡利多品
(10 Kinh)

(202) Trì Trai Kinh (q. 55)

持齋經第一 T01n0026_p0770a16

* A. VIII. 43. *Visākhā*

* TN.87: Trai kinh.

* TN.88: Ưu-pha-di-đọa-xá-ca kinh.

* TN.89: Bát quan trai kinh.

(203) Bô-lị-đa Kinh (q. 55)

晡利多經第二 T01n0026_p0773a02

* M. 54. *Potaliya*.

(204) La-ma Kinh (q. 56)

羅摩經第三 T01n0026_p0775c07

* M. 26. *Ariyapariyesena*.

(205) Ngũ Hạ Phần Kết Kinh (56)

五下分結經第四 T01n0026_p0778c09

* M. 64. *Māluṅkya*.

(206) Tâm Uế Kinh (q. 56)

心穢經第五 T01n0026_p0780b15

* M. 16. *Cetokhila*.

* TN.125(51.4)

(207) Tiễn Mao Kinh (A) (q. 57)

箭毛經第六 T01n0026_p0781b27

* M. 77. *Sakuludāyi* (*Mahā*)

(208) Tiễn Mao Kinh (B) (q. 57)

箭毛經第七 T01n0026_p0786b12

* M. 79. *Sakuludāyi* (*Cūḷa*)

(209) Bế-ma Na Tu Kinh (q. 57)

鞞摩那修經第八 T01n0026_p0786b12

* M. 80. *Vekhanasa*.

* TN.90: Bế-ma-túc kinh.

(210) Pháp Lạc Tỳ-kheo-ni Kinh (5q. 8)

法樂比丘尼經第九 T01n0026_p0788a14

* M. 44. *Vedalla* (*Cūḷa*)

(211) Đại Câu-hi-la Kinh (q. 58)

大拘絺羅經第十 T01n0026_p0790b08

* M. 43. *Vedalla* (*Mahā*)

XVI. PHẨM LỆ 例品
(11 Kinh)

(212) Nhất Thiết Trí Kinh (q. 59)
一切智經第一 T01n0026_p0792c13

   * M. 90. *Kaṇṇakatthala.*

(213) Pháp Trang Nghiêm Kinh (q. 59)
法莊嚴經第二 T01n0026_p0795b17

   * M. 89. *Dhammacetiya.*

(214) Bế-ha-đề Kinh (q. 59)
鞞訶提經第三 T01n0026_p0797c07

   * M. 88. *Bāhitikā.*

(215) Đệ Nhất Đắc Kinh (q. 59)
第一得經第四 T01n0026_p0799b27

   * A. X. 29. *Kosala.*

(216) Ái Sanh Kinh (q. 60)
愛生經第五 T01n0026_p0800c20

   * M. 87. *Piyajātika.*

   * TN.91: Bà-la-môn tử mệnh chung ái niệm bất ly kinh.

   * TN.125(13.3)

(217) Bát Thành Kinh (q. 60)

八城經第六 T01n0026_p0802a11

* M. 52. *Aṭṭhakanāgara*.

* TN.92: Thập chi cư sĩ Bát Thành nhân kinh.

(218) *A-na-luật-đà Kinh (A)* (q. 60)

阿那律陀經第七 T01n0026_p0802c28

(219) A-na-luật-đà Kinh (A) (q. 60)

阿那律陀經第八 T01n0026_p0803a24

(220) Kiến Kinh (q. 60)

見經第九 T01n0026_p0803c08

* A. VII. 51. *Avyākata*.

* TN.93: Tà kiến kinh.

(221) Tiễn Dụ Kinh (q. 60)

箭喻經第十 T01n0026_p0804a21

* M. 63. *Māluṇkya (Cūla)*

* TN.94: Tiễn dụ kinh.

(222) Lệ Kinh (q. 60)

例經第十一 T01n0026_p0805c10

* *Majjihima-nikāya* (Trenckner-Chalmersed. P.T.S. 3 vols, 1988-1902)

HÁN DỊCH ĐƠN HÀNH BẢN

TN. 27. *Phật Thuyết Thất Tri Kinh.* 1 quyển, Ngô (Hoàng Vũ 2 – Kiến Hưng 2, tl. 223 – 253), Chi Khiêm dịch. 佛說七知經 吳月支國居士支謙譯

* Tương đương, TN. 26 (1); TN.125(39.1)

TN. 28. *Phật Thuyết Viên Sanh Thọ Kinh.* 1 quyển, Tống (Thái Bình Hưng Quốc 5. tl. 980 -) Thi Hộ dịch. 佛說園生樹經西天譯經三藏朝奉大夫試鴻臚卿傳法大師臣施護奉　詔譯

* Tương đương, TN.26 (2); TN.125(39.2)

TN. 29. *Phật Thuyết Hàm Thủy Dụ Kinh.* 1 quyển, Tây Tấn (tl. 265-316) thất dịch. 佛說鹹水喻經 失譯人名今附西晉錄

* Tương đương, TN.26 (4); TN.125(39.3)

TN. 30. *Phật Thuyết Tát-bát-đa tô-li-du-nại-dã Kinh.* 1 quyển, Tống (Hàm Bình 4. tl. 1001) Pháp Hiền dịch.

佛說薩鉢多酥哩踰捺野經　西天譯經三藏朝散大夫試光祿卿明教大師臣法賢奉詔譯

* Tương đương, TN.26 (8); TN.125(40.1)

TN. 31. *Phật Thuyết Nhất Thiết Lưu Nhiếp Thủ Nhân Kinh.* 1 quyển, Hậu Hán (Kiến Hòa 2-Kiến Ninh 3. tl. 148-170) An Thế Cao dịch. 佛說一切流攝守因經　後漢安息國三藏安世高譯

* Tương đương, TN.26 (10); TN.125(40.6)

TN. 32. *Phật Thuyết Tứ Đế Kinh.* 1 quyển, Skt. *Catursatya-sūtra.* Hậu Hán (Kiến Hòa 2-Kiến Ninh 3. tl. 148 170) An Thế Cao dịch. 佛說四諦經　後漢安息國三藏安世高譯

* Tương đương, TN.26 (31); TN.125 (27.1TN. 33. *Phật Thuyết Hằng Thủy Kinh.* 1 quyển, Tây Tấn (Huệ Đế Đại. tl. 290-306) Pháp Cự dịch. 佛說恒水經　西晉三藏法師法炬譯

* Tương đương, TN.26 (37); TN.34: *Pháp Hải Kinh;* TN.35: *Phật Thuyết Hải Bát Dức Kinh.*

TN. 34. *Pháp Hải Kinh.* 1 quyển, Tây Tấn (Huệ Đế đại. tl. 290-306) Pháp Cự dịch. 佛說海法海經　西晉沙門法炬譯

* Tương đương, TN.26 (37); TN.33: *Phật Thuyết Hằng Thủy Kinh;* TN.35: *Phật Thuyết Hải Bát Dức Kinh.* 八德經　後秦龜茲國三藏鳩摩羅伏譯

TN. 35. *Phật Thuyết Hải Bát Đức Kinh*. 1 quyển, Hậu Tần (Hoàng Thủy 4-14. tl. 402-412) Cưu-ma-la-thập dịch.

* Tương đương, TN.26(37);

TN.33: *Phật Thuyết Hằng Thủy Kinh*; TN.34: *Pháp Hải Kinh*. 佛說緣本致經 失譯人名今附東晉錄

TN. 36. *Phật Thuyết Bổn Tướng Y Trí Kinh*. 1 quyển, Hậu Hán (Kiến Hòa 2-Kiến Ninh 3. tl. 148-170) An Thế Cao dịch. 佛說本相猗致經 後漢安息國三藏安世高譯

* Tương đương, TN.26 (51); TN.37: *Phật Thuyết Duyên Bổn Trí Kinh*.

TN. 37. *Phật Thuyết Duyên Bổn Trí Kinh*. 1 quyển, Đông Tấn Đại (tl. 317-420) thất dịch. 佛說緣本致經 失譯人名今附東晉錄

* Tương đương, TN.26 (51); TN.36: *Phật Thuyết Bổn Tướng Ỷ Ý Kinh*.

TN. 38. *Phật Thuyết Luân Vương Thất Bảo Kinh*. 1 quyển, Tống (Thái Bình Hưng Quốc 5. tl. 980-*) Thi Hộ dịch. 佛說輪王七寶經 西天譯經三藏朝奉大夫試鴻臚卿傳教大師臣法天奉詔譯

* Tương đương, TN.26 (58); TN.99 (721); TN.125 (39.7)

TN. 39. *Phật Thuyết Đảnh Sanh Vương Cố Sự Kinh*. 1 quyển; Tây Tấn (Huệ Đế Đại. tl. 290-306) Pháp Cự dịch. 佛說頂生王故事經 西晉三藏法炬譯

* Tương đương, TN.26(60); TN.40: *Phật Thuyết Văn-đà-kiệt Vương Kinh*.

TN. 40. *Phật Thuyết Văn-đà-kiệt Vương Kinh*. 1 quyển, Bắc Lương (Hoằng Thủy 3 [Nguyên ?] Giáp Dần-15 [13?] Bính Dần. tl. 414-426) Đàm Vô Sấm dịch. 佛說文陀竭王經 北涼三藏曇無讖譯

* Tương đương, TN.26 (60); TN.39: *Phật Thuyết Đảnh Sanh Vương Cố Sự Kinh*.

TN. 41. *Phật Thuyết Tần-bà-sa-la Vương Kinh*. 1 quyển, (Skt) *Bimbisārapratyudgamana nāma mahāsūtra*. Tống (-Hàm Bình 4. tl. 1001) Pháp Hiền dịch. 佛說頻婆娑羅王經 西天譯經三藏朝奉大夫試光

* Tương đương, TN.26 (62)

TN. 42. *Phật Thuyết Thiết Thành Nê-lê Kinh*. 1 quyển, Đông Tấn (Thái Nguyên 6-20. tl. 381-395) Trúc-đàm-vô-lan dịch. 佛說鐵城泥犁經 東晉西域沙門竺曇無蘭譯

* Tương đương, TN.26 (64); TN.43: *Phật Thuyết Diêm La Vương Ngũ Thiên Sứ Giả Kinh*; TN.125 (32.4)

TN. 43. *Phật Thuyết Diêm La-vương Ngũ Thiên Sứ Giả Kinh*. 1 quyển; Tống Sa-môn Huệ Giản dịch. 佛說閻羅王五天使者經 宋沙門慧簡譯

* Tương đương, TN.26 (64); TN.42: *Phật Thuyết Thiết Thành Nê-lê Kinh*; TN.125 (32.4)

TN. 44. *Phật Thuyết Cổ Lai Thế Thời Kinh*. 1 quyển; Đông Tấn Đại (tl. 317-420) thất dịch. 佛說古來世時經 失譯人名附東晉錄

* Tương đương, TN.26 (66);

TN. 45. *Đại Chánh Cú Vương Kinh*. 2 quyển; Tống (-Hàm Bình 4. tl. 1001) Pháp Hiền dịch. 大正句王經 西天譯經三藏朝散大夫試光祿卿明教大師臣法賢奉詔譯

* Tương đương, TN.26(68); cf. TN.1(2)

TN. 46. *Phật Thuyết A-na-luật Bát Niệm Kinh*. 1 quyển; Hậu Hán (Trung Bình 2. tl. 185-) Chi Diệu dịch. 佛說阿那律八念經 後漢西域三藏支曜譯

* Tương đương, TN.26 (74); TN.125 (41.6)

TN. 47. *Phật Thuyết Ly Thụy Kinh*. 1 quyển, Tây Tấn (Thái Thủy 2-Kiến Hưng Nguyên. tl. 266-313) Trúc Pháp Hộ dịch. 佛說離睡經 西晉月氏國三藏竺法護譯

* Tương đương, TN.26 (83)

TN. 48. *Phật Thuyết Thị Pháp Phi Pháp Kinh*. 1 quyển, Hậu Hán (Kiến Hòa 2-Kiến Ninh 3. tl. 148-170) An Thế Cao dịch. 佛說是法非法經 後漢安息國三藏安世高譯

* Tương đương, TN.26 (85)

TN. 49. *Phật Thuyết Cầu Dục Kinh*. 1 quyển, Tây Tấn (Huệ Đế Đại. tl. 290-306) Pháp Cự dịch. 佛說求欲經 西晉沙門法炬譯

* Tương đương, TN.26 (87); TN.125(25.6)

TN. 50. *Phật Thuyết Thọ Tuế Kinh*. 1 quyển, Tây Tấn (Thái Thủy 2-Kiến Hưng Nguyên. tl. 266-313) Trúc Pháp Hộ dịch. 佛說受歲經 西晉三藏竺法護譯

* Tương đương, TN.26(89)

TN. 51. *Phật Thuyết Phạm Chí Kế Thủy Tịnh Kinh*. 1 quyển, Đông Tấn Đại (tl. 317-420) thất dịch. 佛說梵志計水淨經 失譯人名附東晉錄

* Tương đương, TN.26 (93); TN.99 (1185); TN.125 (13.5)

TN. 52. *Phật Thuyết Đại Sinh Nghĩa Kinh*. 1 quyển, Tống (Thái Bình Hưng Quốc 5. tl. 980-) Thi Hộ dịch. 佛說大生義經 西天譯經三藏朝奉大夫試鴻臚卿傳法大師臣施護奉詔譯

* Tương đương, TN.26 (97); cf. TN.1(13); cf. TN.14: *Nhân Bổn Dục Sinh Kinh.*

TN. 53. *Phật Thuyết Khổ Ấm Kinh*. 1 quyển, Hậu Hán Đại (-tl. 220) thất dịch. 佛說苦陰經 失譯人名今附後漢錄

* Tương đương, TN.26 (99); TN.125 (21.9)

TN. 54. *Phật Thuyết Thích-ma-nam Bổn Tứ Tử Kinh*. 1 quyển. Ngô (Hoàng Vũ 2-Kiến Hưng 2. tl. 223-253) Chi Khiêm dịch. 佛說釋摩男本四子經 吳月支國居士支謙譯

* Tương đương, TN.26 (100); TN.55: *Phật Thuyết Khổ Ấm Nhân Sự Kinh*.

TN. 55. *Phật Thuyết Khổ Ấm Nhân Sự Kinh*. 1 quyển, Tây Tấn (Huệ Đế Đại. tl. 290-306) Pháp Cự dịch. 佛說苦陰因事經 西晉沙門法炬譯

* Tương đương, TN.26 (100); * TN.54: *Phật Thuyết Thích Ma-nam Bổn Tứ Tử Kinh*.

TN. 56. *Phật Thuyết Lạc Tưởng Kinh*. 1 quyển, Tây Tấn (Thái Thủy 2-Kiến Hưng Nguyên. tl. 266-313) Trúc Pháp Hộ dịch. 佛說樂想經 西晉月支國三藏竺法護譯

* Tương đương, TN.26(106)

TN. 57. *Phật Thuyết Lậu Phân Bố Kinh*. 1 quyển, Hậu Hán (Kiến Hòa 2-Kiến Ninh 3. tl. 148-170) An Thế Cao dịch. 佛說漏分布經 後漢三藏安世高譯

* TN.26 (111)

TN. 58. *Phật Thuyết A-nậu Phong Kinh.* 1 quyển, Đông Tấn (Thái Nguyên 6-20. tl. 381-395) Trúc-đàm-vô-lan dịch. 佛說阿耨風經 東晉西域沙門竺曇無蘭譯

* Tương đương, TN.26 (112)

TN. 59. *Phật Thuyết Chư Pháp Bổn Kinh.* 1 quyển, Ngô (Hoàng Vũ 2-Kiến Hưng 2. tl. 223-253) Chi Khiêm dịch. 佛說諸法本經 吳月支國居士支謙譯

* Tương đương, TN.26(113)

TN. 60. *Phật Thuyết Cù-đàm-di Ký Quả Kinh.* 1 quyển, Lưu Tống (Đại Minh Nguyên. tl. 457) Huệ Giản dịch. 佛說瞿曇彌記果經 宋三藏法師慧簡譯

* Tương đương, TN.26(116)

TN. 61. *Phật Thuyết Thọ Tân Tuế Kinh.* 1 quyển, Tây Tấn (Thái Thủy 2-Kiến Hưng Nguyên. tl. 266-313) Trúc Pháp Hộ dịch. 佛說受新歲經 西晉月氏國三藏竺法護譯

* Tương đương, TN.26 (121); TN.62: *Phật Thuyết Tân Tuế Kinh*; TN.63: *Phật Thuyết Giải Hạ Kinh*; TN.99 (1212); TN.125 (32.5)

TN. 62. *Phật Thuyết Tân Tuế Kinh.* 1 quyển, Đông Tấn (Thái Nguyên 6-20. tl. 381-395) Đàm-vô-lan dịch. 佛說新歲經 東晉天竺三藏曇無蘭譯

* Tương đương, TN.26 (121); TN.61: *Phật Thuyết Thọ Tân Tuế Kinh*; TN.63: *Phật Thuyết Giải Hạ Kinh*; TN.99 (1212); TN.125 (32.5)

TN. 63. *Phật Thuyết Giải Hạ Kinh*. 1 quyển, Tống (-Hàm Bình 4. tl. 1001) Pháp Hiền dịch. 佛說解夏經　西天譯經三藏朝奉大夫試光祿卿　明教大師臣法賢奉詔譯

* Tương đương, TN.26(121); TN.61: *Phật Thuyết Thọ Tân Tuế Kinh*; TN.62: *Phật Thuyết Tân Tuế Kinh*; TN.99 (1212); TN.100 (228); TN.125 (32.5)

TN. 64. *Phật Thuyết Chiêm-bà Tỳ-kheo Kinh*. 1 quyển, Tây Tấn (Huệ Đế Đại. tl. 290-306) Pháp Cự dịch. 佛說瞻婆比丘經　西晉三藏法師法炬譯

* Tương đương, TN.26(122)

TN. 65. *Phật Thuyết Phục Dâm Kinh*. 1 quyển, Tây Tấn (Huệ Đế Đại. tl. 290-306) Pháp Cự dịch. 佛說伏婬經　西晉沙門法炬譯

* Tương đương, TN.26 (126)

TN. 66. *Phật Thuyết Ma Nhiễu Loạn Kinh*. 1 quyển, Hậu Hán Đại (-tl. 220) thất dịch. 佛說魔嬈亂經　失譯人名附後漢錄

* Tương đương, TN.26(131); TN.67: *Tệ Ma Thí Mục-liên Kinh*.

TN. 67. *Tệ Ma Thí Mục-liên Kinh.* 1 quyển, Ngô (Hoàng Vũ 2-Kiến Hưng 2. tl. 223-253) Chi Khiêm dịch. 弊魔試目連經 吳月支國居士支謙譯

* Tương đương, TN.26 (131); TN.66: *Phật Thuyết Ma Nhiễu Loạn Kinh.*

TN. 68. *Phật Thuyết Lại-tra-hòa-la Kinh.* 1 quyển, Ngô (Hoàng Vũ 2-Kiến Hưng 2. tl. 223-253) Chi Khiêm dịch. 佛說賴吒和羅經 吳月支優婆塞支謙譯

* Tương đương, TN.26 (132); TN.69: *Phật Thuyết Hộ Quốc Kinh.*

TN. 69. *Phật Thuyết Hộ Quốc Kinh.* 1 quyển, Tống (-Hàm Bình 4. tl. 1001) Pháp Hiền dịch. 佛說護國經 西天譯經三藏朝奉大夫試光祿卿明教大師臣法賢奉詔譯

* Tương đương, TN.26(132); TN.68: *Phật Thuyết Lại-tra-hòa-la Kinh.*

TN. 70. *Phật Thuyết Số Kinh.* 1 quyển, Tây Tấn (Huệ Đế Đại. tl. 290-306) Pháp Cự dịch. 佛說數經 西晉沙門釋法炬譯

* Tương đương, TN.26(144)

TN. 71. *Phạm Chí Át-ba-la Duyên Vấn Chủng Tôn Kinh.* 1 quyển, Đông Tấn (Thái Nguyên 6-20. tl. 381-395) Trúc-đàm-vô-lan dịch. 梵志頞波羅延問種尊經 東晉西域三藏竺曇無蘭譯

* Tương đương, TN.26 (151)

TN. 72. *Phật Thuyết Tam Quy Ngũ Giới Từ Tâm Yếm Ly Công Đức Kinh.* 1 quyển, Đông Tấn Đại (tl. 317-420) thất dịch. 佛說三歸五戒慈心厭離功德經 失譯人名今附東晉錄

* Tương đương, TN.26(155); TN.73: *Phật Thuyết Tu-đạt Kinh;* TN.74: *Phật Thuyết Trưởng Giả Thí Báo Kinh;* TN.125 (27.3)

TN. 73. *Phật Thuyết Tu-đạt Kinh.* 1 quyển, Tiêu Tề (Kiến Võ 2. tl. 495) Cầu-na-bế-địa dịch. 佛說須達經 蕭齊中印度三藏求那毗地譯

* Tương đương, TN.26 (155); TN.72: *Phật Thuyết Tam Quy Ngũ Giới Từ Tâm Yếm Ly Công Đức Kinh;* TN.74: *Phật Thuyết Trưởng Giả Thí Báo Kinh;* TN.125 (27.3)

TN. 74. *Phật Thuyết Trưởng Giả Thí Báo Kinh.* 1 quyển, Tống (Khai Bảo 6. tl. 973 -) Pháp Thiên dịch. 佛說長者施報經 西天譯經三藏朝散大夫試鴻臚卿 傳教大師臣法天奉詔譯

* Tương đương, TN.26 (155); TN.72: *Phật Thuyết Tam Quy Ngũ Giới Từ Tâm Yếm Ly Công Đức Kinh;* TN.73: *Phật Thuyết Tu Đạt Kinh;* TN.125(27.3)

TN. 75. *Phật Vị Hoàng Trúc Lão Bà-la-môn Thuyết Học Kinh*. 1 quyển, Lưu Tống (tl. 420-479) thất dịch. 佛為黃竹園老婆羅門說學經 失譯人名今附宋錄

* Tương đương, TN.26 (157)

TN. 76. *Phạm-ma Dụ Kinh*. 1 quyển, Ngô (Hoàng Võ 2-Kiến Hưng 2. tl. 223-253) Chi Khiêm dịch. 梵摩渝經 吳月支優婆塞支謙譯

* Tương đương, TN.26 (161)

TN. 77. *Phật Thuyết Tôn Thượng Kinh*. 1 quyển, Tây Tấn (Thái thủy 2-Kiến Hưng Nguyên. tl. 266-313) Trúc Pháp Hộ dịch. 佛說尊上經 西晉月氏國三藏竺法護譯

* Tương đương, TN.26 (166)

TN. 78. *Phật Thuyết Đâu-điều Kinh*. 1 quyển, Đông Tấn (tl. 317-420) thất dịch. 佛說兜調經 失譯人名今附東晉錄

* Tương đương, TN.26 (170); TN.79: *Phật Thuyết Anh Vũ Kinh*; TN.80: *Phật Vị Thủ-ca Trưởng Giả Thuyết Nghiệp Báo Sai Biệt Kinh*; TN.81: *Phân Biệt Thiện Ác Báo Ứng Kinh* 佛說鸚鵡經 宋天竺三藏求那跋陀羅譯

TN. 79. *Phật Thuyết Anh Vũ Kinh*. 1 quyển, Lưu Tông (Nguyên Gia 12-20. tl. 435-443) Cầu-na-bạt-đà-la dịch. 佛說鸚鵡經 宋天竺三藏求那跋陀羅譯

* Tương đương, TN.26 (170); TN.78: *Phật Thuyết Đâu-điều Kinh;* TN.80: *Phật Vị Thủ-ca Trưởng Giả Thuyết Nghiệp Báo Sai Biệt Kinh;* TN.81: *Phân Biệt Thiện Ác Báo Ứng Kinh.*

TN. 80. *Phật Vị Thủ-ca Trưởng Giả Thuyết Nghiệp Báo Sai Biệt Kinh.* 1 quyển, (Skt) *Karmavibhaṅga.* Tùy (Khai Hoàng 2. tl. 582) Pháp Trí dịch. 佛為首迦長者說業報差別經 隋洋川郡守瞿曇法智譯

* Tương đương, TN.26 (170); TN.78: *Phật Thuyết Đâu-điều Kinh;* TN.79: *Phật Thuyết Anh Vũ Kinh;* TN.81: *Phân Biệt Thiện Ác Báo Ứng Kinh.*

TN. 81. *Phân Biệt Thiện Ác Báo Ứng Kinh.* 2 quyển, (Skt) *Karmavibhaṅga nāma dharmagrantha.* Tống (Thái Bình Hưng Quốc 5-Hàm Bình 3. tl. 980-1000) Thiên Tức Tai dịch. 分別善惡報應 西天中印度惹爛馱囉國密林寺三藏明教大師賜紫沙門臣天息災奉詔譯

* Tương đương, TN.26 (170); TN.78: *Phật Thuyết Đâu-điều Kinh;* TN.79: *Phật Thuyết Anh Vũ Kinh;* TN.80: *Phật Vị Thủ-ca Trưởng Giả Thuyết Nghiệp Báo Sai Biệt Kinh.*

TN. 82. *Phật Thuyết Ý Kinh.* 1 quyển, Tây Tấn (Thái Thủy 2-Kiến Hưng Nguyên. tl. 266-313) Trúc Pháp Hộ dịch. 佛說意經 西晉月氏國三藏竺法護譯

* Tương đương, TN.26(172)

TN. 83. *Phật Thuyết Ứng Pháp Kinh*. 1 quyển, Tây Tấn (Thái Thủy 2-Kiến Hưng Nguyên. tl. 266-313) Trúc Pháp Hộ dịch. 佛說意經 西晉月氏國三藏竺法護譯

* Tương đương, TN.26(175)

TN. 84. *Phật Thuyết Phân Biệt Bố Thí Kinh*. 1 quyển, Tống (Thái Bình Hưng Quốc 5. tl. 980 -) Thi Hộ dịch. 佛說分別布施經 西天譯經三藏朝奉大夫試鴻臚卿傳法大師臣施護奉詔譯

* Tương đương, TN.26(180)

TN. 85. *Phật Thuyết Tức Tránh Nhân Duyên Kinh*. 1 quyển, Tống (Thái Bình Hưng Quốc 5. tl. 980 -) Thi Hộ dịch. 佛說息諍因緣經 西天譯經三藏朝奉大夫試光祿卿傳法大師賜紫臣施護奉詔譯

* Tương đương, TN.26(196)

TN. 86. *Phật Thuyết Nê-lê Kinh*. 1 quyển, Đông Tấn (Thái Nguyên 6-20. tl. 381-395) Trúc-đàm-vô-lan dịch. 佛說泥犁經 東晉西域沙門竺曇無蘭譯

* Tương đương, TN.26(199)

TN. 87. *Phật Thuyết Trai Kinh*. 1 quyển, Ngô (Hoàng Võ 2-Kiến Hưng 2. tl. 223-253) Chi Khiêm dịch. 佛說齋經 吳月氏國居士支謙譯

* Tương đương, TN.26 (202); TN.88: *Ưu-pha-di-đọa-xá-ca Kinh;* TN.89: *Phật Thuyết Bát Quan Trai Kinh.*

TN. 88. *Ưu-pha-di-đọa-xá-ca Kinh*. 1 quyển, Lưu Tống (tl. 420-479) thất dịch. 優陂夷墮舍迦經　失譯人名今附宋錄

* Tương đương, TN.26(202); TN.87: *Phật Thuyết Trai Kinh*; TN.89: *Phật Thuyết Bát Quan Trai Kinh*.

TN. 89. *Phật Thuyết Bát Quan Trai Kinh*. 1 quyển, Lưu Tông (Hiếu Kiến 2. tl. 455) Thư-cừ-kinh-thanh dịch. 說八關齋經　宋居士沮渠京聲譯

* Tương đương, TN.26 (208); TN.87: *Phật Thuyết Trai Kinh*; TN.88: *Ưu-pha-di-đọa-xá-ca Kinh*.

TN. 90. *Phật Thuyết Bế-ma-túc Kinh*. 1 quyển, Lưu Tống (Nguyên Gia 12-20. tl. 435-443) Cầu-na-bạt-đà-la dịch. 佛說鞞摩肅經　宋天竺三藏求那跋陀羅譯

* Tương đương, TN.26 (209)

TN. 91. *Phật Thuyết Bà-la-môn Tử Mệnh Chung Ái Niệm Bất Ly Kinh*. 1 quyển, Hậu Hán (Kiến Hòa 2-Kiến Ninh 3. tl. 148-170) An Thế Cao dịch. 佛說婆羅門子命終愛念不離經　後漢安息沙門安世高譯

* Tương đương, TN.26(213); TN.125(13.3)

TN. 92. *Phật Thuyết Thập Chi Cư Sĩ Bát Thành Nhân Kinh*. 1 quyển, Hậu Hán (Kiến Hòa 2-Kiến Ninh 3. tl. 148-170) An thế Cao dịch. 佛說十支居士八城人經　後漢安息國三藏安世高譯

* Tương đương, TN.26(217)

TN. 93. *Phật Thuyết Tà Kiến Kinh*. 1 quyển, Đông Tấn Đại (tl. 317-420) thất dịch. 佛說邪見經 失譯人名今附東晉錄

* Tương đương, TN.26 (220)

TN. 94. *Phật Thuyết Tiễn Dụ Kinh*. 1 quyển, Đông Tấn Đại (tl. 317-420) thất dịch. 佛說箭喻經 失譯人名今附東晉錄

* Tương đương, TN.26(221)

TN. 95. *Phật Thuyết Nghĩ Dụ Kinh*. 1 quyển, Tống (Thái Bình Hưng Quốc 5. tl. 980 -) Thi Hộ dịch. 佛說蟻喻經 西天譯經三藏朝奉大夫試光祿卿傳法大師賜紫臣施護奉詔譯

* Tương đương, M. 23. *Vammīkasutta*. Không có tương đương Trung A-hàm.

TN. 96. *Phật Thuyết Trị Ý Kinh*. 1 quyển, Tây Tấn Đại (tl. 265-313) thất dịch. 佛說治意經 失譯人名今附西晉錄

* Tương đương, M. 115. *Ānāpānasati-sutta*. Không có tương đương Trung A-hàm.

TN. 97. *Quảng Nghĩa Pháp Môn Kinh*. 1 quyển, Trần (Thiên Gia 4. tl. 563) Chân Đế dịch. 廣義法門經 陳天竺三藏真諦譯

* Tương đương, TN.98: *Phật Thuyết Phổ Pháp Nghĩa Kinh.*

TN. 98. *Phật Thuyết Phổ Pháp Nghĩa Kinh.* 1 quyển, Hậu Hán (Nguyên Gia 2. tl. 152) An Thế Cao dịch. 佛說普法義經 後漢安息國三藏安世高譯

* Tương đương, TN.97: *Quảng Nghĩa Pháp Môn Kinh.*

THƯ MỤC ĐỐI CHIẾU PALI - HÁN
MAJJHIMANIKAYA – TRUNG A-HÀM

* Đề kinh Pāli, bản Roman, *Chaṭṭha Saṅgāyana* CD published by the Vipassana Research Institute. Tham chiếu, *The Pāḷi Piṭaka*, http://www.tipitaka.org.

* Đề kinh Hoa dịch, theo Hán dịch Nam truyền Đại tạng kinh, Hoa dịch: Thông Diệu, Nguyên Hanh tự. Sơ bản, Dân quốc 82.

A. *Mūlapaṇṇāsapāli*

I. *Mūlapariyāyavaggo*

1. *Mūlapariyāyasuttaṃ* [M.1 *Căn bản pháp môn kinh*]

  * TN. 26 (106): *Tưởng kinh*
  * TN. 56: *Lạc tưởng kinh*

2. *Sabbāsavasuttaṃ* [M.2 *Nhất thiết lậu kinh*]

* TN. 26 (10): *Lậu tận kinh*

* TN. 31: *Nhất thiết lưu nhiếp thủ nhân kinh* 一切流攝守因經

* TN. 125 (40.6): *Tịnh chư lậu*

3. *Dhammadāyādasuttaṃ* [M.3. *Pháp tự kinh*]

* TN. 26 (88): *Cầu pháp kinh*

* TN. 125 (18.3): *Pháp thí*

4. *Bhayabheravasuttaṃ* [M.4. *Bố hãi kinh*]

* TN. 125 (31.1)

5. *Anaṅgaṇasuttaṃ* [M. 5. *Vô uế kinh*]

* TN. 26 (87): *Uế phẩm kinh*

* TN. 49: *Cầu dục kinh*

* TN. 125 (15.6): *Kết*

6. *Ākaṅkheyyasuttaṃ* [M. 6. *Nguyện kinh*]

* TN. 26 (105): *Nguyện kinh*

7. *Vatthasuttaṃ* [M. 7. *Bố dụ kinh*]

* TN. 26 (93): *Thủy tịnh phạm chí kinh*

* TN. 99 (1185)

* TN. 10 (99)

* TN. 51: *Phạm chí kế thủy tịnh kinh*

* TN. 125 (13.5): *Tôn-đà-lị* (phần sau)

8. *Sallekhasuttaṃ* [M. 8. *Tước giảm kinh*]

* TN. 26 (91): *Chu-na vấn kiến kinh*

9. *Sammādiṭṭhisuttaṃ* [M. 9. *Chính kiến kinh*]: phần sau

* TN. 125 (49.5)

10. *Mahāsatipaṭṭhānasuttaṃ* [M. 10. *Niệm xứ kinh*]

* TN. 26 (98): *Niệm xứ kinh*

* TN. 125 (12.1)

Cf. D. 22. *Mahāsatipaṭṭhānasuttanta*

II. *Sīhanādavaggo*

1. *Cūḷasīhanādasuttaṃ* [M. 11. *Sư tử hống tiểu kinh*]

* TN. 26 (103): *Sư tử hống kinh*

2. *Mahāsīhanādasuttaṃ* [M. 12. *Sư tử hống đại kinh*]

* TN. 99 (684)

* TN. 125 (46.4): Lực

* TN. 12 5(50.6)

* TN. 757 *Thân mao hỉ thụ kinh*

* TN. 780: *Thập lực kinh*

* TN. 781: *Thập lực kinh*

* TN. 802: *Tín giải trí lực kinh*

3. *Mahādukkhakkhandhasuttaṃ* [M. 13. *Khổ uẩn đại kinh*]

* TN. 26 (99): *Khổ ấm kinh*

* TN. 53: *Khổ ấm kinh*

* TN. 125 (21.9)

4. *Cūḷadukkhakkhandhusuttaṃ* [M. 14. *Khổ uẩn tiểu kinh*]

* TN. 26 (100): *Khổ ấm kinh*

* TN. 54: *Thích Ma-ha-nam bản tứ tử kinh*

* TN. 55: *Khổ ấm nhân sự kinh*

5. *Anumānasuttaṃ* [M. 15. *Tư lượng kinh*]

* TN. 26 (89): *Tỳ-kheo tỉnh kinh*

* TN. 50: *Thọ tuế kinh*

6. *Cetokhilasuttaṃ* [M. 16. *Tâm hoang vu kinh*]

* TN. 26 (206): *Tâm uế kinh*

* TN. 125 (51.4)

7. *Vanapatthasuttaṃ* [M. 17. *Lâm tẩu kinh*]

* TN. 26 (107): *Lâm kinh*

8. *Madhupiṇḍikasuttaṃ* [M. 18. *Mật hoàn kinh*]

* TN. 26 (115): *Mật hoàn kinh*

* TN. 125 (40.10): *Cam lộ pháp vị*

9. *Dvedhāvitakkasuttaṃ* [M. 19. *Song tưởng kinh*]

* TN. 26 (102): *Niệm kinh*

10. *Vitakkasaṇṭhānasuttaṃ* [M. 20. *Tưởng niệm chỉ tức kinh*]

* TN. 26 (101): *Tăng thượng tâm kinh*

III. *Opammavaggo*

1. *Kakacūpamasuttaṃ* [M. 21. *Cứ dụ kinh*]

* TN. 26 (193): *Mâu-lê-phá-quần-na*

* TN. 125 (50.8)

2. *Alagaddūpamasuttaṃ* [M. 22. *Xà dụ kinh*]

* TN. 26 (200): *A-lê-tra kinh*

* TN. 125 (43.5)

3. *Vammikasuttaṃ* [M. 23. *Nghĩ điệt kinh*]

* TN. 95: *Nghĩ dụ kinh*

* TN. 99 (1079)

* TN. 100 (18)

* TN. 125 (39.9)

4. *Rathavinītasuttaṃ* [M. 24. *Truyền xa kinh*]

   * TN. 26 (9): *Thất xa kinh*

   * TN. 125 (39.10)

5. *Nivāpasuttaṃ* [M. 25. *Tát nhị kinh*]

   * TN. 26 (178): *Sư kinh*

6. *Pāsarāsisuttaṃ* [M. 26. *Thánh cầu kinh*]

   * TN. 26 (204): *La-ma kinh*

   * TN. 765 (*Bản sự kinh*, q.4)

7. *Cūḷahatthipadopamasuttaṃ* [M. 27. *Tượng tích dụ tiểu kinh*]

   * TN. 26: *Tượng tích dụ kinh*

8. *Mahāhatthipadopamasuttaṃ* [M. 28. *Tượng tích dụ đại kinh*]

   * TN. 26 (30): *Tượng tích dụ kinh*

9. *Mahāsāropamasuttaṃ* [M. 29. *Tâm tài dụ đại kinh*]

   * TN. 125 (43.4)

10. *Cūḷasāropamasuttaṃ* [M. 30. *Tâm tài dụ tiểu minh*]

IV. **Mahāyamakavaggo**

1. *Cūḷagosiṅgasuttaṃ* [M. 31. *Ngưu giác lâm tiểu kinh*]

    * TN. 26 (185): *Ngưu giác sa-la lâm kinh*

2. *Mahāgosiṅgasuttaṃ* [M. 32. *Ngưu giác lâm đại kinh*]

    * TN. 26 (184): *Ngưu giác sa-la-lâm kinh*

    * TN. 125 (37.3)

    * TN. 156 *Sinh kinh* (16): *Tỳ-kheo các ngôn chí kinh*

3. *Mahāgopālakasuttaṃ* [M. 33. *Mục ngưu giả đại kinh*]

    * TN. 99 (1249)

    * TN. 123: *Phóng ngưu kinh*

    * TN. 125 (49.1)

4. *Cūḷagopālakasuttaṃ* [M. 34. *Mục ngưu tiểu kinh*]

    * TN. 99 (1248)

    * TN. 125 (43.6)

5. *Cūḷasaccakasuttaṃ* [M. 35. *Tát-giá tiểu kinh*]

    * TN. 99 (110)

    * TN. 125 (37.10)

6. *Mahāsaccakasuttaṃ* [M. 36. Tát-giá đại kinh]

7. *Cūḷataṇhāsaṅkhayasuttaṃ* [M. 37. Ái tận tiểu kinh]
   * TN. 99 (505)
   * TN. 125 (19.3)

8. *Mahātaṇhāsaṅkhayasuttaṃ* [M. 38. Ái tận đại kinh]
   * TN. 26 (201): *Trà-đế kinh*

9. *Mahāassapurasuttaṃ* [M. 39. Mã ấp đại kinh]
   * TN. 26 (182): *Mã ấp kinh*
   * TN. 125 (49.8)

10. *Cūḷaassapurasuttaṃ* [M. 40. Mã ấp tiểu kinh]
    * TN. 26 (183): *Mã ấp tiểu kinh*

V. *Cūḷayamakavaggo*

1. *Sāleyyakasuttaṃ* [M. 41. Tát-la thôn bà-la-môn kinh]

2. *Verañjakasuttaṃ* [M. 42. Bế-lan-nhã thôn bà-la-môn kinh]

3. *Mahāvedallasuttaṃ* [M. 43. Hữu minh đại kinh]
   * TN. 26 (211): *Đại Câu-hi-la kinh*
   * TN. 99 (251)

4. *Cūḷavedallasuttaṃ* [M. 44. *Hữu minh tiểu kinh*]

   * TN. 26 (210): *Pháp Lạc tỳ-kheo ni kinh*

5. *Cūḷadhammasamādānasuttaṃ* [M. 45. *Đắc pháp tiểu kinh*]

   * TN. 26 (174): *Thọ pháp kinh*

6. *Mahādhammasamādānasuttaṃ* [M. 46. *Đắc pháp đại kinh*]

   * TN. 26 (175): *Thọ pháp kinh*

7. *Vīmaṃsakasuttaṃ* [M. 47. *Tư sát kinh*]

   * TN. 26 (186): *Cầu giải kinh*

8. *Kosambiyasuttaṃ* [M. 48. *Kiêu-thưởng-di kinh*]

   * TN. 125 (24.8)

9. *Brahmanimantanikasuttaṃ* [M. 49. *Phạm thiên thỉnh kinh*]

   * TN. 26 (78): *Phạm thiên thỉnh Phật kinh*

10. *Māratajjanīyasuttaṃ* [M. 50. *Ma ha trách kinh*]

   * TN. 26 (131): *Hàng ma kinh*

   * TN. 66: *Ma nhiễu loạn kinh*

   * TN. 67: *Tệ ma thí Mục-liên kinh*

B. Majjhimapaṇṇāsapāḷi

I. Gahapativaggo

1. *Kandarakasuttaṃ* [M. 51. *Càn-đạt-la kinh*]

2. *Aṭṭhakanāgarasuttaṃ* [M. 52. *Bát thành kinh*]
   * TN. 26 (217): *Bát thành kinh*
   * TN. 92: *Thập Chi cư sĩ Bát thành nhân kinh*

3. *Sekhasuttaṃ* [M. 53. *Hữu học kinh*]

4. *Potaliyasuttaṃ* [M. 54. *Bô-đa-li kinh*]
   * TN. 26 (203): *Bô-li-đa kinh*

5. *Jīvakasuttaṃ* [M. 55. *Kì-bà-ca kinh*]

6. *Upālisuttaṃ* [M. 56. *Ưu-ba-li kinh*]
   * TN. 26 (133): *Ưu-ba-li kinh*

7. *Kukkuravatikasuttaṃ* [M. 57. *Cẩu hành giả kinh*]

8. *Abhayarājakumārasuttaṃ* [M. 58. *Vô Uý vương tử kinh*]

9. *Bahuvedanīyasuttaṃ* [M. 59. *Đa thọ kinh*]
   * TN. 99 (485)

10. *Apaṇṇakasuttaṃ* [M. 60. *Vô hí luận kinh*]

II. Bhikkhuvaggo

1. *Ambalaṭṭhikarāhulovādasuttaṃ* [M. 61. *Am-bà-bá lâm giáo giới La-hầu-la kinh*]

    * TN. 26 (14): *La-vân kinh*

2. *Mahārāhulovādasuttaṃ* [M. 62. *Giáo giới La-hầu-la đại kinh*]

    * TN. 125 (17.1): *La-vân*

3. *Cūḷamālukyasuttaṃ* [M. 63. *Ma-la-ca tiểu kinh*]

    * TN. 26 (221): *Tiễn dụ kinh*
    * TN. 94: *Tiễn dụ kinh*

4. *Mahāmālukyasuttaṃ* [M. 64. *Ma-la-ca đại kinh*]

    * TN. 26 (205): *Ngũ hạ phần kết kinh*

5. *Bhaddālisuttaṃ* [M. 65. *Bạt-đà-lị kinh*]

    * TN. 26 (194): *Bạt-đà-hòa-lị kinh*

6. *Laṭukikopamasuttaṃ* [M. 66. *Thuần dụ kinh*]

    * TN. 26 (192): *Ca-lưu-đà-di kinh*

7. *Cātumasuttaṃ* [M. 67. *Xa-đầu tụ lạc kinh*]

* TN. 125 (45.2)

8. *Naḷakapānasuttaṃ* [M. 68. *Na-la-già-ba-ninh kinh*]

* TN. 26 (77): *Sa-kê-đế tam tộc tính tử kinh*

9. *Goliyānisuttaṃ* [M. 69. *Cù-ni-sư kinh*]

* TN. 26 (26): *Cù-ni-sư kinh*

10. *Kīṭāgirisuttaṃ* [M. 70. *Chỉ-tra sơn ấp kinh*]

* TN. 26 (195): *A-thấp-bối kinh*

III. *Paribbājakavaggo*

1. *Tevijjavacchasuttaṃ* [M. 71. *Bà-ta-cù-đa tam minh kinh*]

2. *Aggivacchasuttaṃ* [M. 72. *Bà-ta-cù-đa Hỏa chủng kinh*]

* TN. 99 (962)
* TN. 100 (196)

3. *Mahāvacchasuttaṃ* [M. 73. *Bà-ta-cù-đa đại kinh*]

* TN. 99 (964)
* TN. 100 (198)

4. *Dīghanakhasuttaṃ* [M. 74. *Trường Trảo kinh*]

* TN. 99 (969)

* TN. 100 (202)

5. *Māgaṇḍiyasuttaṃ* [M. 75. *Ma-kiền-đề kinh*]

   * TN. 26 (153): *Man-nhàn-đề kinh*

6. *Sandakasuttaṃ* [M. 76. *San-đà-ca kinh*]

7. *Mahāsakuludāyisuttaṃ* [M. 77. *Thiên Sinh Ưu-đà-di đại kinh*]

   * TN. 26 (207): *Tiễn Mao kinh*

8. *Samaṇamuṇḍikasuttaṃ* [M. 78. *Sa-môn Văn-kì-tử kinh*]

   * TN. 26 (179): *Ngũ Chi vật chủ kinh*

9. *Cūḷasakuludāyisuttaṃ* [M. 79. *Thiện Sinh Ưu-đà-di tiểu kinh*]

   * TN. TN. 26 (208): *Tiễn Mao kinh*

10. *Vekhanasasuttaṃ* [M. 80. *Bế-ma-na-tu kinh*]

    * TN. 26 (209): *Bế-ma-na-tu kinh*

IV. *Rājavaggo*

1. *Ghaṭikārasuttaṃ* [M. 81. *Đào sư kinh*]

* TN. 26 (63): *Bế-bà-lăng-kì kinh*

2. *Raṭṭhapālasuttaṃ* [M. 82. *Lại-tra-hòa-la kinh*]

   * TN. 132: *Lại tra-hòa-la kinh*

3. *Maghadevasuttaṃ* [M. 83. *Đại Thiên nại lâm kinh*]

   * TN. 26 (67): *Đại Thiên nại lâm kinh*

4. *Madhurasuttaṃ* [M. 84. *Ma-thâu-la kinh*]

   * TN. 99 (548): *Ma-thâu-la kinh*

5. *Bodhirājakumārasuttaṃ* [M. 85. *Bồ-đề vương tử kinh*]

6. *Aṅgulimālasuttaṃ* [M. 86. *Ương-quật-ma kinh*]

   * TN. 99 (1077)

   * TN. 100 (16)

   * TN. 118: *Ương-quật-ma kinh*

   * TN. 125 (38.6)

7. *Piyajātikasuttaṃ* [M. 87. *Ái sinh kinh*]

   * TN. 26 (216): *Ái sinh kinh*

8. *Bāhitikasuttaṃ* [M. 88. *Bế-ha-đề kinh*]

   * TN. 26 (214): *Bế-ha-đề kinh*

9. *Dhammacetiyasuttaṃ* [M. 89. *Pháp trang nghiêm kinh*]

* TN. 26 (213): *Pháp trang nhiêm kinh*

10. *Kaṇṇakatthalasuttaṃ* [M 90. *Phổ cức thích lâm kinh*]

    * TN. 26 (212): *Nhất thiết trí kinh*

V. *Brāhmaṇavaggo*

1. *Brahmāyusuttaṃ* [M. 91. *Phạm-ma kinh*]

    * TN. 26 (161): *Phạm-ma kinh*

2. *Selasuttaṃ* [M. 92. *Thi-la kinh*]

3. *Assalāyanasuttaṃ* [M. 93. *A-nhiếp-hòa kinh*]

4. *Ghoṭamukhasuttaṃ* [M. 94. *Cù-đa-mâu-già kinh*]

5. *Caṅkīsuttaṃ* [M. 95. *Thượng-già kinh*]

6. *Esukārīsuttaṃ* [M. 96. *Uất-sấu-ca-la kinh*]

    * TN. 26 (150): *Uất-sấu-ca-la kinh*

7. *Dhanañjānisuttaṃ* [M. 97. *Đà-nhiên kinh*]

    * TN. 26 (150): *Phạm chí Đà-nhiên kinh*

8. *Vāseṭṭhasuttaṃ* [M. 98. *Bà-tư-tra kinh*]

9. *Subhasuttaṃ* [M. 99. *Tu-bà kinh*]

* TN. 26 (152): *Anh Vũ kinh*

10. *Saṅgāravasuttaṃ* [M. 100. *Thương-ca-la kinh*]

C. *Uparipaṇṇāsapāḷi*

I. Devadahavaggo

1. *Devadahasuttaṃ* [M. 101. *Thiên tí kinh*]
    * TN. 26 (19): *Ni-kiền kinh*

2. *Pañcattayasuttaṃ* [M. 102. *Ngũ tam kinh*]

3. *Kintisuttaṃ* [M. 103. *Như hà kinh*]

4. *Sāmagāmasuttaṃ* [M. 104. *Xá-di thôn kinh*]
    * TN. 26 (196): *Chu-na kinh*

5. *Sunakkhattasuttaṃ* [M. 105. *Thiện Tinh kinh*]
    * TN. 757: *Thân mao hỉ thụ kinh*

6. *Āneñjasappāyasuttaṃ* [M. 106. *Bất động lợi ích kinh*]
    * TN. 26 (75): *Tịnh bất động đạo kinh*

7. *Gaṇakamoggallānasuttaṃ* [M. 107. *Toán số Mục-kiền-liên kinh*]

* TN. 26 (144): *Toán số Mục-kiền-liên kinh*

8. *Gopakamoggallānasuttaṃ* [M. 108. *Cù-mặc Mục-kiền-liên kinh*]

   * TN. 26 (145): *Cù-mặc Mục-kiền-liên kinh*

9. *Mahāpuṇṇamasuttaṃ* [M. 109. *Mãn Nguyệt đại kinh*]

   * TN. 99(58): *Ấm tực thọ*

10. *Cūḷapuṇṇamasuttaṃ* [M. 100. *Mãn Nguyệt tiểu kinh*]

    * TN. 99 (58): *Ấm tức thọ.*

II. *Anupadavaggo*

1. *Anupadasuttaṃ* [M. 111. *Bất đoạn kinh*]

2. *Chabbisodhanasuttaṃ* [M. 112. *Lục tịnh kinh*]

   * TN. 26 (187): *Thuyết trí kinh*

3. *Sappurisasuttaṃ* [M. 113. *Thiện sĩ kinh*]

   * TN. 26 (85): *Chân nhân kinh*

4. *Sevitabbāsevitabbasuttaṃ* [M. 114. *Ưng tập bất ưng tập kinh*]

5. *Bahudhātukasuttaṃ* [M. 115. *Đa giới kinh*]

   * TN. 26 (181): *Đa giới kinh*

6. *Isigilisuttaṃ* [M. 116. *Tiên thôn kinh*]

* TN. 125 (38.7): *Tiên nhân quật*

7. *Mahācattārīsakasuttaṃ* [M. 117. *Đại tứ thập kinh*]

* TN. 26 (189): *Thánh đạo kinh*

8. *Ānāpānassatisuttaṃ* [M. 118. *Nhập xuất tức niệm kinh*]

* TN. 96: *Trị ý kinh*

9. *Kāyagatāsatisuttaṃ* [M. 119. *Thân hành niệm kinh*]

* TN. 26 (81): *Niệm thân kinh*

10. *Saṅkhārupapattisuttaṃ* [M. 120. *Hành sinh kinh*]

* TN. 26 (168): *Ý hành kinh*

III. Suññatavaggo

1. *Cūḷasuññatasuttaṃ* [M. 121. *Không tiểu kinh*]

* TN. 26 (190): *Tiểu không kinh*

2. *Mahāsuññatasuttaṃ* [M. 122. *Không đại kinh*]

* TN. 26 (191): *Đại không kinh*

3. *Acchariyaabbhutasuttaṃ* [M. 123. *Hy hữu vị tằng hữu pháp kinh*]

* TN. 26 (32): *Vị tằng hữu pháp kinh*

4. *Bākulasuttaṃ* [M. 124. *Bạc-câu-la kinh*]

* TN. 26 (34): *Bạc-câu-la kinh*

5. *Dantabhūmisuttaṃ* [M. 125. *Điều ngự địa kinh*]

* TN. 26 (198): *Điều ngự địa kinh*

6. *Bhūmijasuttaṃ* [M. 126. *Phù-di kinh*]

* TN. 26 (173): *Phù-di kinh*

7. *Anuruddhasuttaṃ* [M. 127. *A-na-luật kinh*]

* TN. 26 (79): *Hữu thắng thiên kinh*

8. *Upakkilesasuttaṃ* [M. 128. *Tùy phiền não kinh*]

* TN. 26 (72): *Trường thọ vương bản khởi kinh*

* TN. 125 (24.8)

9. *Bālapaṇḍitasuttaṃ* [M. 129. *Hiền ngu kinh*]

* TN. 26 (199): *Si huệ địa kinh*

* TN. 86: *Nê-lê kinh*

10. *Devadūtasuttaṃ* [M. 130. *Thiên sứ kinh*]

* TN. 26 (64): *Thiên sứ kinh*

* TN. 42: *Thiết thành Nê-lê kinh*

* TN. 43: *Diêm-la vương ngũ thiên sứ kinh*

* TN. 125 (32.4): *Thiên sứ*

IV. Vibhaṅgavaggo

1. Bhaddekarattasuttaṃ [M. 131. *Nhất dạ hiền giả kinh*]

2. Ānandabhaddekarattasuttaṃ [M. 132. *A-nan nhất dạ hiền giả kinh*]

   * TN. 26 (167): *A-nan thuyết kinh*

3. Mahākuccānabhaddekarattasuttaṃ [M. 133. *Đại Ca-chiên-diên kinh*]

   * TN. 26 (165): *Ôn tuyền lâm thiên kinh*

4. Lomasakaṅgiyabhaddekarattasuttaṃ [M. 134. *Lô-di-cường-kì kinh*]

   * TN. 26 (166): *Thích trung thiền thất tôn kinh*

   * TN. 77: *Tôn thượng kinh*

5. Cūḷakammavibhaṅgasuttaṃ [M. 135. *Tiểu nghiệp phân biệt kinh*]

   * TN. 26 (170): *Anh Vũ kinh*

6. Mahākammavibhaṅgasuttaṃ [M. 136. *Đại nghiệp phân biệt kinh*]

* TN. 26 (171): *Phân biệt đại nghiệp kinh*

7. *Saḷāyatanavibhaṅgasuttaṃ* [M. 137. *Lục xứ phân biệt kinh*]

* TN. 26 (163): *Phân biệt lục xứ kinh*

8. *Uddesavibhaṅgasuttaṃ* [M. 138. *Tổng thuyết phân biệt kinh*]

* TN. 26 (163): *Phân biệt lục xứ kinh*

9. *Araṇavibhaṅgasuttaṃ* [M. 139. *Vô tránh phân biệt kinh*]

* TN. 26 (169): *Câu-lâu-sấu vô tránh kinh*

10. *Dhātuvibhaṅgasuttaṃ* [M. 140. *Phân biệt giới kinh*]

* TN. 26 (162): *Phân biệt lục giới kinh*

11. *Saccavibhaṅgasuttaṃ* [M. 141. *Đế phân biệt kinh*]

* TN. 26 (31): *Phân biệt Thánh đế kinh*

* TN. 32: *Tứ đế kinh*

* TN. 125 (27.1)

12. *Dakkhiṇāvibhaṅgasuttaṃ* [M. 142. *Thí phân biệt kinh*]

* TN. 26 (180): *Cù-đàm-di kinh*

V. Saḷāyatanavaggo

1. *Anāthapiṇḍikovādasuttaṃ* [M. 143. *Giáo giới Cấp Cô Độc kinh*]

* TN. 26 (28): *Giáo hóa bệnh kinh*

Cf. TN. 99 (1032)

* TN. 125 (51.8)

2. *Channovādasuttaṃ* [M. 144. *Giáo Xiển-đà kinh*]

* TN. 99 (1266)

3. *Puṇṇovādasuttaṃ* [M. 145. *Giáo Phú-lâu-na kinh*]

* TN. 99 (311, 215)

* TN. 108: *Mãn Nguyện Tử kinh*

4. *Nandakovādasuttaṃ* [= Nandakovāda, M. 146. *Giáo Nan-đà-ca kinh*]

* TN. 99 (276)

5. *Cūḷarāhulovādasuttaṃ* [M. 147. *Giáo La-hầu-la tiểu kinh*]

* TN. 99 (200)

6. *Chachakkasuttaṃ* [M. 148. *Lục lục kinh*]

* TN. 26(86): *Thuyết xứ kinh*

* TN. 99(304)

7. *Mahāsaḷāyatanikasuttaṃm* [M. 149. *Đại lục xứ kinh*]

TỪ VỰNG PALI-HÁN

(Mẫu tự, theo thứ tự La-tinh)

A, Ā

abbhutadhamma, vị tằng hữu pháp 未曾有法.

Ābhā devā, Quang thiên 光天.

Ābhassarā devā, Biến Tịnh Quang thiên 遍淨光天, Hoảng Dục thiên 晃昱天, Cực quang thiên 極光天, Quang âm thiên 光音天.

Abhidhamma, A-tì-đàm 阿毗曇, A-bế-đạt-ma 阿毘達摩, Thắng pháp 勝法, Đối pháp 對法.

abhijappā, dục cầu 欲求, tự cao tâm 自高心.

abhijjhā, tăng tứ 增伺, ác tăng tứ 惡增伺, tham tứ 貪伺, tham cầu 貪求, tham 貪.

abhikkantañāṇadassana, vô thượng tri kiến 無上知見.

abhikkante paṭikkante sampajānakārī, chánh tri xuất nhập 正知出入.

abhinandana, ái lạc 愛樂, ái hỉ 愛喜.

abhiñña, thông 通, thông trí 通智, chứng trí 證智.

abhiññatā, thông 通, thần thông tính 神通性, chứng trí tính 證智性.

abhisamparāya, hậu thế 後世, lai thế 來世.

abjiññā, thắng trí 勝智, thông trí 通智, thần thông 神通.

acala, bất động 不動.

ācariya, a-xà-lê 阿闍梨, quỹ phạm sư 軌範師.

ācariyūpaddava, phiền sư 煩師.

accāraddhavīriya, quá tinh cần 過精勤, cực tinh cần 極精勤.

Aciravatī, A-di-la-bà-đề 阿夷羅婆提, A-di-la-hòa-đế 阿夷邏和帝.

ādesana, ký thuyết 記說, ký tâm 記心, quán sát 觀察.

adhicitta, tăng thượng tâm 增上心.

adhikaraṇa, tránh luận 諍論, tránh sự 諍事; đoán lý 斷理, đại quyết đoán nhân 大決斷人.

adhikaraṇasamathā, chỉ tránh 止諍, diệt tránh 滅諍.

Adhimuttaka, A-đề-mâu-đa 阿提牟哆.

adhipaññā, vô thượng trí tuệ 無上智慧, tăng thượng tuệ 增上慧.

adhipaññādhammavipassanā, tối thượng tuệ quán pháp 最上慧觀法.

adhisīla, vô thượng giới 無上戒, tăng thượng giới 增上戒.

adhivacana, tăng ngữ 增語, dị danh 異名.

adhivacana-samphassa, tăng ngữ canh lạc 增語更樂, tăng ngữ xúc 增語觸.

ādīnava, hoạn 患, quá hoạn 過患, quá thất 過失, họa 禍.

ādīnavasaññā, hoạn tưởng 患想, khổ tưởng 苦想.

agalu, trầm hương 沈香, (lô hội 蘆薈).

āgama, a-hàm 阿含, a-hàm-mộ 阿含慕, a-cấp-ma 阿笈摩, Thánh giáo 聖教.

Aggaḷava, A-la-tì Già-la 阿邏鞞伽邏.

aggappattā, đắc đệ nhất nghĩa 得第一義, đệ nhất đắc 第一得, tối thượng đắc 最上得, tối thượng đạt 最上達.

aggikkhandhaṃ, hỏa tụ 火聚.

Aggivassana, A-kì-xá-na 阿奇舍那.

āghāta, sân nộ 瞋怒, sân nhuế 瞋恚, hiềm hận 嫌恨.

āghātapaṭivinaya, trừ não pháp 除惱法.

agyāgāra, hỏa thất 火室.

āhāra, thực 食.

ahetu-appaccayā, vô nhân vô duyên 無因無緣.

ahetuvāda, vô nhân thuyết 無因說, vô nhân luận 無因論.

ahirīka, vô tàm 無慚.

ājāniya, ājāneyya, lương mã 良馬, tuấn mã 駿馬.

ājāniyassusūpama, lương mã dụ 良馬喻, thanh tịnh mã dụ pháp 清淨馬喻法.

Ajapāla-Nigrodha, A-xà-hòa-la Ni-câu-loại 阿闍和羅尼拘類.

Ajātasattu Vedehiputta, A-xà-thế Vi-đề-hi Tử 阿闍世韋提希子, Vị Sinh Oán Bế-đà-đề Tử 未生怨鞞陀提子.

Ajita, A-di-đa 阿夷多, A-di-na 阿夷那, A-dật-đa 阿逸多; Vô Năng Thắng 無能勝.

ajjhāpatti, phạm giới 犯戒, phạm tội 犯罪, ác tội 惡罪 quá 過.

ajjhattacetosamatha, nội chỉ 內止, nội tâm tĩnh chỉ 內心靜止.

ajjhattasaṃyojana, nội kết 內結.

ajjhattikā paṭhavīdhātu, nội địa giới 內地界.

akālikā, thường trụ bất biến 常住不變, phi thời 非時, ứng thời 應時.

akampiya, bất động 不動.

Akaniṭṭha, Sắc cứu cánh 色究竟.

ākāsa, hư không 虛空.

ākāsa, không 空 (hư không).

ākāsa-dhātu, không giới 空界.

ākāsānañcāyata, không xứ 空處.

ākāsānañcāyatana, vô lượng không xứ 無量空處.

ākāsānañcāyatana-saññā, vô lượng không xứ tưởng 無量空處想.

ākāsa-vedā, hư không thiên 虛空天.

ākasāyatana, không xứ 空處.

akaṭṭhapāka sāli, tự nhiên canh mễ 自然粳米.

ākiñcañña, vô sở hữu 無所有.

ākiñcaññāyatana, vô sở hữu xứ 無所有處.

ākiñcaññāyatana-saññā, vô sở hữu xứ tưởng 無所有處想.

ākiñcaññāyatanasappayā paṭipadā, tịnh vô sở hữu xứ đạo 淨無所有處道.

akiriyavāda, vô tác thuyết 無作說, phi nghiệp luận 非業論, phi tác nghiệp luận 非作業論, vô tác dụng luận 無作用論.

akiriyāya dhammam, bất khả tác pháp 不可作法.

akuppā cetovimutti, bất động tâm giải thoát 不動心解脫.

akuppa, bất động 不動.

akuppa-citta, bất động tâm 不動心.

akusalā vitakkā, bất thiện niệm 不善念, bất thiện tầm 不善尋.

akusala-kamma, ác nghiệp 惡業, bất thiện nghiệp 不善業

akusalakammapatha, bất thiện nghiệp đạo 不善業道, ác nghiệp đạo 惡業道.

akusalasaṅkappā akusalavitakka, bất thiện niệm 不善念, bất thiện tư duy 不善思惟.

akusala-vipāka, ác báo 惡報, bất thiện dị thục 不善異熟.

Āḷāra Kālāma, A-la-la Già-la-ma 阿羅羅伽羅摩.

Āḷavaka, A-la-bà-ca 阿羅婆迦, khoáng dã trụ 曠野住 lâm trụ tỳ-kheo 林住毘丘.

ālokasaññā, minh tưởng 明想, quang minh tưởng 光明想.

ālokite vilokite saupajānakārī, thiện quán phân biệt 善觀分別.

amāna-cīvara, bất mạn y 不慢衣.

amanasikāra, vô niệm 無念, bất tác ý 不作意.

amata, cam lộ 甘露, bất tử 不死.

amatadhātu, cam lộ giới 甘露界, bất tử giới 不死界.

amataketu, cam lộ tràng 甘露幢.

Ambapālī, Am-bà-ba-lị 菴婆波利, Am-bà-la nữ 菴婆羅女, Nại nữ 奈女.

Ambapālivāna, Nại Thị thọ viên 奈氏樹園.

ambapāna, nại ẩm 奈飲.

amūḷhavinaya, bất si Bế-ni 不癡毘尼.

anantāriyaka, vô chướng ngại 無障礙.

anatta, vô ngã 無我, phi ngã 非我, phi thần 非神.

Andhavana, An-đà lâm 安陀林, Ám lâm 闇林.

anejja, āneñja, bất động 不動.

āneñja, bất động 不動.

aneñjapatta, bất động tâm 不動心.

āneñjasappayā paṭipadā, tịnh bất động đạo 淨不動道.

Aṅga, Ương-già 鴦伽.

aṅgaṇa, uế 穢, trần cấu 塵垢.

Aṅgīrasa, Ứng-nghi-la-bà 應疑羅婆.

animittā cetosamādhi, vô tướng tâm định 無相心定, vô

tưởng định 無想定.

animittā dhātu, vô tướng giới 無相界, vô tưởng giới 無想界.

aniñjita, bất di động 不移動.

Aññā-Koṇḍañña, Aññāta-Koṇḍañña, Câu-lân-nhã 拘鄰若 A-nhã Kiêu-trần-như 阿若憍陳如.

aññātavāda, thuyết dụ 說喻, liễu tri thuyết 了知說.

aññatitthiya, dị học 異學, ngoại đạo 外道.

anottappa, vô quý 無愧.

antadvaya, nhị biên hành 二邊行.

antarāparinibbāyī, trung bát-niết-bàn 中般涅槃.

antima-deha, tối hậu thân 最後身.

antima-samussaya, tối hậu thân 最後身.

anuddhata, bất điệu tiếu, bất táo nhiễu 不調笑, 不躁擾.

anukampājātika, mẫn thương tâm 愍傷心.

anupādāparinibbāna, vô dư niết-bàn 無餘涅槃.

anupādisesā nibbānadhātu, vô dư niết-bàn giới 無餘涅槃界.

anupassanā, quán 觀, tùy quán 隨觀.

anupubbikathā, đoan chính pháp 端正法, thứ đệ thuyết 次第說.

Anurudha, A-na-luật-đà 阿那律陀, A-na-luật 阿那律, A-nậu-lâu-đà 阿菟樓陀.

anusāyika ābādha, phong bệnh 風病.

Āpana, A-hòa-na 阿恕那.

āpānīyakaṃsa, a-ma-ni dược 阿摩尼藥.

Aparagoyāna, Aparagodāni, Tây Cù-đà-ni 西瞿陀尼; Tây Ngưu hóa châu 西牛貨州.

aparipakkavedanīya kamma, bất thục báo nghiệp 不熟報業.

aparisuddha, bất tịnh 不淨.

aparisuddha-samācāra, bất tịnh hành 不淨行.

āpatti, phạm giới 犯戒, tội quá 罪過.

apāya, ác 惡, ác xứ 惡處.

aphala-upakkama, hư vọng phương tiện 虛妄方便.

āpodhātu, thủy giới 水界.

appamāṇā cetovimutti, vô lượng tâm giải thoát 無量心解脫.

Appamāṇābhā, Vô Lượng Quang thiên 無量光天.

Appamāṇasubhā, Vô Lượng Tịnh thiên 無量淨天.

appaṭigha, vô đối 無對.

Arahant, A-la-hán 阿羅漢, Vô trước 無著, Chân nhân 真

人.

Araka, A-lan-na 阿籣那.

ārāmika, viên dân 園民, thủ viên nhân 守園人, tịnh nhân 淨人.

araṇa, vô tránh 無諍.

araṇavibhaṅga, phân biệt vô tránh 分別無諍.

Araṇemi, A-la-na-giá (Bà-la-môn) 阿羅那遮(婆羅門).

arañña, a-lan-nhã 阿蘭若, vô sự 無事, vô sự xứ 無事處, nhàn tĩnh xứ 閑靜處, sầm lâm 森林.

āraññaka, a-lan-nhã trụ 阿蘭若住, a-lan-nhã tỳ-kheo 阿蘭若比丘, lâm trụ giả 林住者.

āraññaka-bhikkhu, a-lan-nhã tỳ-kheo 阿蘭若比丘, vô sự tỳ-kheo 無事比丘.

Ariṭṭha, A-lê-tra 阿梨吒.

ariyā nibbedhikāya, thánh tuệ minh đạt 聖慧明達, Thánh quyết trạch 聖決擇.

ariya, Thánh 聖, Hiền Thánh 賢聖.

ariyadhamma, Thánh pháp 聖法.

ariyadhamme avinīto, bất điều ngự Thánh pháp 不調御聖法.

ariyapaññā, thánh tuệ 聖慧, thánh trí tuệ 聖智慧.

ariyapaññā-ādāsa, thánh trí tuệ kính 聖智慧鏡.

ariyāpariyesanā, thánh cầu 聖求, Hiền Thánh cầu pháp 賢聖求法.

ariyasacca, Thánh đế 聖諦.

ariyasaccāna-dassana, kiến đế 見諦.

ariyasāvaka, Hiền Thánh đệ tử 賢聖弟子, Thánh đệ tử 聖弟子.

ariyūposathaṅga, Thánh bát chi trai 聖八支齋.

arūpakkhandhā, phi sắc ấm 非色陰, phi sắc uẩn 非色蘊.

arūpa-taṇhā, vô sắc ái 無色愛.

ārūppa, vô sắc 無色, phi sắc 非色.

ārūppa-bhava, vô sắc hữu, 無色有.

asamaya, phi thời 非時, bất thời 不時.

asaṅkhāraparinibbāyī, vô hành bát-niết-bàn 無行般涅槃.

asaṅkhata, vô vi 無為.

asaṅkhatadhamma, vô vi pháp 無為法.

asaṅkhatadhātu, vô vi giới 無為界.

asapattī, vô đối 無對, vô địch phụ 無敵婦.

āsavā, lậu 漏.

āsavakhīṇa, lậu tận 漏盡.

āsavakkhaya, lậu tận 漏盡.

āsavānaṃ khayāya karaṇīyo, lậu tận trí thông tác chứng 漏盡智通作證.

asekha, vô học nhân 無學人.

asekhañāṇā, vô học trí 無學智.

asekha-sammāñāṇa, vô học chính trí 無學正智.

Asibandakaputta-Gāmaṇi, A-tư-la thiên Già-di-ni 阿私羅天伽彌尼.

Asipattavana, Thiết điệp lâm 鐵鍱林.

Asita-Devala-Isi, A-tư-la tiên nhân Đề-bế-la 阿私羅仙人提鞞邏.

asmimāna, ngã mạn 我慢.

Assaji, A-nhiếp-bối 阿攝貝, A-thấp-bối 阿濕貝.

Āssalāyana-māṇava, A-nhiếp-hòa-la-diên-na Ma-nạp 阿攝惒邏延那摩納.

Assapura, Mã ấp 馬邑.

asubha, bất tịnh 不淨.

asubha-bhāvanā, bất tịnh quán 不淨觀.

asubhasaññā, bất tịnh ố lộ tưởng 不淨惡露想, bất tịnh tưởng 不淨想, bất tịnh quán 不淨觀.

asuci, bất tịnh 不淨.

asucipaṭipīlito, bất tịnh nhuế 不淨恚.

asuddha, bất tịnh 不淨.

Atappā devā, Vô Nhiệt Thiên 無熱天.

atikkamma rūpe, ly sắc 離色.

atimāna, tăng thượng mạn 增上慢, quá mạn 過慢.

atimīḷhaja, bất tịnh dâm 不淨淫, cực bất tịnh sinh 極不淨生.

atirattabhojana, tàn dư thực 殘餘食.

attā, thần 神, ngã 我.

aṭṭha abhibhāyatanāni, bát trừ xứ 八除處, bát thắng xứ 八勝處.

aṭṭha garudhammā, bát tôn sư pháp 八尊師法, bát kính pháp 八敬法.

attha, nghĩa 義, lợi 利, sự 事, vật 物, cảnh 境, cảnh giới 境界.

Aṭṭhaka (?), Dạ-tra 夜吒.

atthakaraṇa, đại quyết đoán xứ 大決斷處, pháp đình 法庭.

aṭṭhakkhaṇā asamayā brahmacariya-vāsāya, bát bất thời phạm hạnh trụ 八不時梵行住.

aṭṭhakkhaṇā, bát nan 八難.

atthaṃ upaparikkhati, quán nghĩa 觀義.

atthaññū, tri nghĩa 知義.

aṭṭhaparivaṭṭa, bát hành 八行.

atthavādī, nghĩa thuyết 義說.

atthi me attā ti, chân hữu thần 真有神.

atthuttaripadasanta, vô thượng tức tích 無上息跡.

attukkaṃsaka paravambhī, tự tán hủy tha 自讚毀他.

attukkaṃsaka, tự tán 自讚.

Ātumā, A-phù 阿浮.

avaṇṇana, phi nan 非難, hủy báng 毀謗.

avaṇṇanaṃ bhāsati, đạo thuyết 道說, hủy báng 毀謗.

Avanti, A-hòa-đàn-đề 阿和檀提, A-bàn-đề 阿槃提.

avecca-pasāda, bất hoại tịnh 不壞淨, bất hoại tín 不壞信.

avicāra, vô tứ 無伺, vô quán 無觀.

Avihā, Vô Phiền Thiên 無煩天.

avijjā, vô minh 無明.

avijjā-āsavā, vô minh lậu 無明漏.

avijjā-dhātu, vô minh giới 無明界.

avijjānusaya, vô minh sử 無明使, vô minh tuỳ miên 無

明隨眠.

avinīta, bất điều ngự 不調御, vị điều phục 未調伏.

avippaṭisāra, bất hối 不悔.

avitakka vicāramatta, vô giác thiểu quán 無覺少觀, vô tầm duy tứ 無尋唯伺.

avitakka, vô tầm 無尋, vô giác 無覺.

āvuso, quân 君, hiền giả 賢者, nhân giả 仁者.

avyāvaṭa anapekkha, vô vi vô cầu 無為無求.

avyāvaṭa, vô vi 無為, bất tác vi 不作為, vô sự.

ayātana, xứ 處, nhập 入.

ayoniso manasikāraṃ, bất chánh tư duy 不正思惟, phi như lý tác ý 非如理作意.

ayoniso, phi như lý 非如理.

āyu, thọ 壽, thọ mạng 壽命.

āyukhaya, mạng trược 命濁.

āyusaṅkhāra, thọ hành 壽行.

Ayya, ayyo, aye, Hiền Thánh 賢聖 (xưng hô).

B

Badālatā, Bà-la 婆羅.

bahiddhā-saṃyojana, ngoại kết 外結.

Bāhukā, Đa thủy hà 多水河.

bahulīkaroti, quảng bá 廣布.

Bakkula, Bạc-câu-la 薄拘羅.

Bālakaloṇakāragama, Bà-la-lâu-la thôn 婆羅樓羅村.

bandhu, thân 親, thân tộc 親族.

bandhujīvakapuppha, tần-đầu-ca-la 頻頭歌羅, ban-đậu-thì-bà-ca (hoa) 般豆時婆迦.

bandhukarogo, bạch bệnh 白病, hoàng đậu 黃豆.

Bārāṇasi, Ba-la-nại 波羅奈.

beluvapaṇḍuvīṇa, lưu ly cầm 琉璃琴.

BH

Bhaddā Suriya-vaccasā, Hiền Nguyệt sắc 賢月色.

Bhaddā, Bạt-đà 跋陀.

bhadda, hiền 賢, hiền thiện 賢善.

bhaddaka-paṭibhāna, hiền quán 賢觀, diệu biện tài 妙辯才.

bhaddaka-ummagga, hiền đạo 賢道.

Bhaddālī, Bạt-đà-hòa-lợi 跋陀和利.

Bhaddasāla, Hiền sa-la 賢娑羅.

Bhaddekaratta, bạt-địa-la-đế 跋地羅帝, hiền thiện nhất dạ 賢善一夜, nhất dạ hiền giả 一夜賢者.

Bhagavant, Chúng Hựu 衆祐, Thế Tôn 世尊.

Bhagavato sāvaka, Thế Tôn đệ tử 世尊弟子.

Bhaggesu, Bà-kì-sấu 婆奇廋.

Bhagu, Bà-cửu 婆咎.

bhaṅga, ma 麻.

Bhāradvāja, Bà-la-bà 婆羅婆, Bà-la-đọa 婆羅墮, Kim Tràng 金幢.

bhaṭa, tốt 卒, binh 兵, triệu sứ 召使, dung nhân 傭人.

bhava, hữu 有.

bhava-āsavā, hữu lậu 有漏.

bhavadiṭṭhi, hữu kiến 有見.

bhavagga, Đệ nhất hữu 第一有. Hữu đỉnh 有頂.

bhava-saṃyojana, hữu kết 有結.

bhavataṇhā, hữu ái 有愛.

bhiṃsanaka, khủng bố 恐怖.

bhisaka, y giả 醫者.

bhisakka sallakatta, bạt tiễn kim y 拔箭金醫.

bhūmi, địa 地.

Bhūmija, Phù-di 浮彌.

bhūmipappaṭaka, địa phì 地肥, địa bính 地餅, đia cao 地膏.

Bhuñjatī, Bàn-xà-na 槃闍那.

bhūta, thật 實, hữu 有, vật 物, quỷ 鬼, thần 神, chân thuyết 真說.

bījagāma, chủng tử thôn 種子村.

Bimbisāra, Tần-bế-sa-la 頻鞞娑羅.

bodhipakkha, bồ-đề phần 菩提分, đạo phẩm 道品.

bodhipakkhiya dhamma, bồ-đề phần pháp 菩提分法, đạo phẩm pháp 道品法, giác pháp 覺法.

bojjhaṅga, giác chi 覺支.

brahama-lokasahavyatāya dhamma, phạm thế pháp 梵世法.

Brahmabhūta, Phạm Hữu 梵有.

Brahmakāyika, Phạm thân thiên 梵身天.

Brahmaloka, Phạm thế giới 梵世界.

brāhmaṇa, phạm chí 梵志, bà-la-môn 婆羅門.

Brahmapurohītā, Phạm-phú-lâu thiên 梵富樓天, Phạm phụ thiên 梵輔天.

brahmavihāra, phạm thất 梵室, phạm đường 梵堂, phạm trụ 梵住.

Brahmāyu, Phạm-ma 梵摩.

brahmujjugatta, túc châu chính trực 足周正直.

buddhānusati, niệm Phật 念佛.

C

cāga, thí 施, huệ thí 惠施, thí xả 施捨.

cakka, luân 輪, xa luân 車輪.

cakkānuvattaka, luân tùy chuyển 輪隨轉, chuyển pháp luân phục chuyển đệ tử 轉法輪復轉弟子.

Cāla, Già-la 遮羅.

campaka, chiêm-bặc 瞻蔔.

Candana (?), Ban-na 般那.

Caṅki, Thương-già 商伽.

carita, hành 行.

cariyā, hành 行.

catummāhābhūtika, tứ đại chủng sở thành 四大種所成.

Catummahārājikā devā, Tứ Vương Thiên 四王天.

Cātummahārājikā, Tứ thiên vương tử 四天王子.

catuparisā, tứ chúng 四眾.

catuparivaṭṭa, tứ phẩm 四品.

catuppada, tứ cú 四句.

caturādhiṭṭhāna, tứ trụ xứ 四住處.

cetanā, tư 思.

cetanā-kamma, tư nghiệp 思業.

cetayitvā kamma, dĩ tư nghiệp 已思業.

Ceti, Chi-đề 枝提.

cetiya, chi-đề 支提, cựu tự 舊寺.

cetovimutti, tâm giải thoát 心解脫.

chanda, dục 欲.

chandacitta, dục tâm 欲心.

chanda-samādhi, dục định 欲定.

chaphassāyatana, lục xúc xứ 六觸處.

chinnavisāṇa-usabha, tiệt giác ngưu 截角牛.

cīrika (cīriḷika), chi-ly-di-lê trùng 支離彌梨虫.

Citta-Hathisāriputta, Chất-đa-la Tượng Tử 質多羅象子.

cittānupassī, tuần tâm quán 循心觀.

cittasaṅkhāra, tâm hành 心行, ý hành 意行.

cittassa ekaggatā, nhất tâm 一心, tâm đắc nhất 心得一, tâm nhất cảnh tính 心一境性.

cittavisuddha, tâm tịnh 心淨.

codanā, cử tội 舉罪.

D

daddula, đầu-đầu-la 頭頭邏.

dadhi, lạc 酪.

dakkhiṇā, dạt-thẩn 噠嚫, thí vật 施物.

dakkhiṇa, hữu 右, nam 南.

Dakkhiṇagiri, Nam sơn 南山.

dakkhiṇāvattaka, hữu nhiễu 右遶.

dakkhiṇeyya, ưng cúng dường 應供養, ưng thí 應施, phước điền nhân 福田人.

Daḷhanemi, Kiên Niệm 堅念.

damma, điều ngự 調御, điều thuận 調御.

dammasārathi, điều ngự giả 調御者.

dāna, thí 施.

dānapti, thí chủ 施主.

daṇḍa, phạt 罰.

daṇḍakāraññaṃ, Đàn-trạch-ca lâm 檀澤迦林, Đại trạch vô sự 大澤無事.

Daṇḍapānī Sakka, Chấp Trượng Thích 執杖釋.

daratha, bì lao 疲勞, bất an 不安.

Dasamo gahapati Aṭṭhaka-nāgaro, Đệ thập Cư sĩ Bát thành 第十居士八城.

dassanā pahatabba, kiến đoạn 見斷.

dassana, kiến 見.

deha, thân 身.

desanā, giáo thuyết 教說, tuyên thuyết 宣說.

Devabhibhū, Thắng thiên 勝天.

Devadaha, Thiên ấp 天邑, Thiên tí thành 天臂城.

deva-dāru, mộc mật 木蜜.

devadītā, thiên nữ 天女.

Devānampiya, Thiên ái 天愛.

devaputta, thiên tử 天子.

devatānussā, thiên tùy niệm 天隨念, niệm thiên 念天.

dhammā nijjhānaṃ khamanti, bình lượng 評量.

dhammacakka, pháp luân 法輪.

dhammacetiya, pháp trang nghiêm 法莊嚴.

dhammādāsa, pháp kính 法鏡.

dhamma-dassana, kiến pháp 見法.

dhamma-desanā, pháp thuyết 法說.

Dhammadinnā bhikkhunī, Pháp Lạc Tỳ-kheo-ni 法樂比丘尼.

dhammakkhandha, pháp tụ 法聚, pháp uẩn 法蘊.

dhammakūṭāgāra, chánh pháp các 正法閣.

dhammamañū, tri pháp 知法.

dhammānudhamma, pháp tùy pháp 法隨法, pháp thứ pháp 法次法, pháp như pháp 法如法.

dhammānudhamma-paṭipanna, pháp tùy pháp hành 法隨法行, thú hướng pháp thứ pháp 趣向法次法, hướng pháp thứ pháp 向法次法.

dhammānusāri, tùy pháp hành 隨法行, pháp hành 法行.

dhammānusati, niệm pháp 念法, pháp tùy niệm 法隨念.

dhammanvaya, pháp tĩnh 法靖.

Dhammapāsāda, Chánh pháp điện 正法殿.

Dhammarāja, Chánh pháp vương 正法王.

Dhammasabhā, Chánh pháp đường 正法堂.

dhammasaññā, pháp tưởng 法想.

dhammasenapāti, pháp tướng 法將.

dhammatā esā, pháp tự nhiên 法自然.

dhammaṭṭhiti, pháp trụ 法住.

dhammavādī, pháp thuyết 法說.

dhamma-vinaya, chánh pháp luật 正法律.

Dhammika thera, Đàm-di 曇彌.

Dhānañjāni (Dhanañjāni), Đà-nhiên 陀然.

dhātu, giới 界.

dibbacakkaratna, thiên luân bảo 天輪寶.

Diccabandhu, Nhật Thân 日親.

Dīgha parajana yakkha, Trường Quỷ thiên 長鬼天.

Dīghakāryāṇa, Trường Tác 長作.

dīghaṅgulin, túc chỉ tiêm trường 足指纖長.

Dīghatapassī-nigaṇṭha, Trường Khổ Hạnh Ni-kiền 長苦行尼犍.

Dīghāvu, Trường Sinh Đồng tử 長生童子.

Dīghāyu, Trường Sinh Đồng tử 長生童子.

Dīghāyuka devanikāya, Trường Thọ thiên 長壽天.

diṭṭha, diṭṭhi, kiến 見.

diṭṭhadhamma, hiện pháp 現法.

diṭṭhadhamma-sukha, hiện pháp lạc 現法樂.

diṭṭhadhammasukhavihāra, hiện pháp lạc cư 現法樂居, hiện pháp lạc trụ 現法樂住.

diṭṭhadhammavedanīya, hiện pháp thọ 現法受, hiện pháp thọ báo 現法受報, hiện pháp báo nghiệp 現法報業.

diṭṭhānusaya, kiến sử 見使, kiến tùy miên 建隨眠.

diṭṭha-suta-muta-viññātaṃ, kiến văn thức tri 見聞識知.

diṭṭhi, kiến 見.

diṭṭhigata, kiến 見, ác kiến 惡見, dị kiến 異見.

diṭṭhigati, kiến thú 見趣.

diṭṭhipatta, kiến đáo 見到.

diṭṭhiṭṭhāna, kiến xứ 見處.

diṭṭhivisuddha, kiến tịnh 見淨.

divāvihāra, trú kinh hành 晝經行.

divāvikālabhojana, quá trung thực 過中食.

Doṇa, Đầu-na 頭那.

dosa, sân 瞋, sân nhuế (khuể) 瞋恚.

dovacassakaraṇa, lệ ngữ pháp, 戾語法.

dovārika, thủ môn đại tướng 守門大將.

dubbaca, lệ ngữ 戾語.

ducarita, ác hành 惡行.

duddha, nhũ 乳.

duggati, ác xứ 惡處, ác đạo 惡道, ác thú 惡趣.

dukkhass' antaṃ karoti, đắc khổ biên tế 得苦邊際.

dukkhavedanīya, khổ báo nghiệp 苦報業.

dummati, ác tuệ 惡慧.

duppaññā, ác tuệ 惡慧.

dussa, đầu-xá y 頭舍衣.

dussīla, ác giới 惡戒, phạm giới 犯戒.

dvayakārī, nhị hành 二行.

E

ekabhattika, nhật nhất thực 日一食.

ekabīja, nhất chủng 一種.

ekaggatā, đắc nhất 得一, nhất cảnh tính 一境性.

ekaṃsavyākaraṇīya, nhất hướng ký 一向記, nhất hướng luận 一向論.

ekanta, nhất hướng 一向.

ekantadukkha, nhất hướng (thọ) khổ 一向(受)苦.

ekantasukha, nhất hướng (thọ) lạc 一向(受)樂.

ekantavāda, nhất hướng thuyết 一向說.

ekāsana-bhojana, nhất tọa thực 一坐食.

ekāyana-magga, nhất đạo 一道.

ekībhava, nhất ý 一意, nhất tính 一性, nhất thú 一趣.

ekodi, chuyên nhất 專一, nhất tâm 一心.

esika, lâu lỗ 樓櫓.

Esukārī, Uất-sấu-ca-la 鬱瘦歌邏.

G

gahapatānī, cư sĩ phụ 居士婦.

gahapati, gia chủ 加家, cư sĩ 居士, trưởng giả 長者.

gahapatiratana, cư sĩ bảo 居士寶.

gāma, thôn 村, thôn lạc 村落, tụ lạc 聚落.

gāmantavihārin, nhân gian Bế-kheo 人間毗丘, tụ lạc trụ 聚落住.

gambhīra, thâm 深, thậm thâm 甚深.

gambhīra-abhidhamma, thậm thâm A-tì-đàm 甚深阿毗曇.

Gaṇaka-Moggallāna, Toán Số Mục-kiền-liên 算數目犍連.

Gandhabba, Càn-tháp-hòa 乾塔恕, Càn-thát-bà 乾闥婆, Hương Âm thần 香音神, Nhạc thần 樂神.

Gaṅgā, Hằng-già 恆伽.

gāthā, kệ-tha 偈 (口+他)

Gavampati, Kiều-thiêm-bát-đế 橋[火斂]鉢帝, Kiều-phạm-ba-đề 憍梵波提.

Gayāsīsa, Tượng đầu 象頭, Tượng đỉnh sơn 象頂山.

geyya, kỳ-dạ 祇夜, ca vịnh 歌詠, ứng tụng 應誦.

GH

Ghaṭāya-sakka, Già-la Thích 伽羅釋.

ghosa, âm 音, âm hưởng 音響, âm thanh 音聲.

Ghositārāma, Cù-sa-la viên 瞿沙羅園, Cù-sư-la viên 瞿師羅園.

giddhi, tham cầu 貪求, tham lam 貪婪.

giddhilobha, tham dục 貪欲.

Gijjakūṭa-pabbata, Kì-xà-quật sơn 祇闍崛山, Thứu nham 鷲巖.

gijjha, thứu điểu 鷲鳥.

gimhā, hạ 夏, hạ quý 夏季.

gimhānaṃ pacchime māsa, xuân hậu nguyệt 春後月.

giñjakā, luyện ngõa 煉瓦.

Giñjakāvasatha, Kiền-kì tinh xá 犍祁精舍, Luyện ngõa đường 煉瓦堂.

gocara, cảnh giới 境界.

Godānīya, Câu-đà-ni châu 拘陀尼洲.

Gopaka devaputta, Cù-bà thiên tử 瞿婆天子.

Gopakamogallāna, Cù-mặc Mục-kiền-liên 瞿默目犍連.

gopālakūposatha, phóng ngưu nhi trai 放牛兒齋.

Gopikā Sakya-dhitā, Cù-tì Thích nữ 瞿毗釋女.

Gosiṅgasālavanadāya, Ngưu giác sa-la lâm 牛角娑羅林.

Gotamī, Cù-đàm-di 瞿曇彌.

Gulissāni (Goliyāni), Cù-ni-sư 瞿尼師.

gūtha, phẩn 糞.

Gūtha-niraya, Phẩn thỉ địa ngục 糞屎地獄.

H

haṃsa (?), hê-mễ-hà 奚米何.

haṃsa, hạc điểu 鶴鳥.

Harītaka, Ha-lê-lặc 訶梨勒.

hāsapaññā, tốc tuệ 速慧.

Hattaka, Thủ Trưởng giả 手長者.

hattha, thủ 手, chưởng 掌.

hatthin, tượng 象.

Hatthipāla, Hại-đề-bà-la Ma-nạp 害提婆羅摩納.

hirīmā, tàm sỉ 慚恥.

I, Ī

idapaccayatā, thử nhân tính 此因性, y duyên tính 依緣性, tương y tính 相依性.

iddhi, thần lực 神力, thần thông 神通, uy đức 威德.

iddhi-pāda, thần túc 神足, thần biến 神變, như ý túc 如意足.

iddhi-pāṭihāriya, thần thông biến hóa 神通變化, thần biến thị đạo 神變示導.

indriya, căn 根.

indriyasaṃvara, thủ hộ căn 守護根, căn phòng hộ 根防護, căn luật nghi 根律儀.

iriyā, oai nghi 威儀.

iriyāpatha, oai nghi lộ 威儀路.

Īsānā, Y-sa-na 伊舍那.

isi, tiên 仙, tiên nhân 仙人.

Isidatta dhanapati, Tiên Dư Tài Chủ 仙餘財主.

Isidatta, Tiên Dư 仙餘.

Isipatana, Tiên nhân trú xứ 仙人住處, Tiên nhân đọa xứ 仙人墮處.

Isipatana-migadāya, Tiên nhân Lộc dã uyển 仙人鹿野

苑, Tiên nhân đọa xứ Lộc dã uyển 仙人墮處鹿野苑, Tiên nhân đọa xứ Thí lộc lâm 仙人墮處施鹿林.

Isisattama, Đệ Thất Tiên 第七仙.

issā, tật 嫉, tật đố 嫉妒.

issā-macchariya, xan tật 慳嫉.

Issara, Tôn Hựu 尊祐, Tự Tại thiên 自在天.

Issaranimmānahetu, nhân Tôn hựu tạo 因尊祐造.

iṭṭhā dhammā aniṭṭhā ca, ái bất ái pháp 愛不愛法.

iṭṭha, ái 愛, khả ái 可愛.

ittivuttaka, y-đế-mục-đa-già, Như thị ngữ 如是語, thuyết nghĩa 說義.

J

Jambudīpa, Diêm-phù châu 閻浮洲.

jambupāna, chiêm-ba ẩm 瞻波飲.

Jantugāma, Xà-đấu thôn 闍鬥村.

Jāṇussoṇī, Sanh Văn 生聞.

jarādhamma, lão pháp 老法.

jātaka, sanh xứ 生處.

jātarūpa, sanh sắc 生色, kim 金.

jātarūpa-rajata, sanh sắc bảo 生色寶, kim ngân 金銀.

jāti, sanh 生.

jātibhūmi, sinh địa 生地.

jātibhūmiya bhikkhu, sanh địa tỳ-kheo 生地比丘.

jātibhūmiyaṃ āvasika, sanh địa tôn trưởng 生地尊長.

jātidhamma, sanh pháp, 生法.

jaṭilaka, biên phát 編髮.

javapaññā, tiệp tuệ 捷慧.

Jayasena, Kì-bà-tiên-na 耆婆先那.

Jetavana, Thắng lâm 勝林.

JH

jhāna, thiền 禪, tĩnh lự 靜慮.

jhāyati, thiền 禪, tứ 伺, tĩnh lự 靜慮.

jhāyati, trà-tì 茶毘, thiêu 燒, hoả táng 火葬.

jigucchi, khả tăng ố 可憎惡.

jīva, mạng 命.

jīvapariyādāna, mạng chung 命終.

jīvapariyantika-vedanā, hậu mạng giác 後命覺.

jīvita, mạng 命, thọ 壽, thọ mạng 壽命.

jīvita-saṅkhāra, mạng hành 命行.

jīvitindriya, mạng căn 命根.

jugucchā, yểm hoạn 厭患, yểm ly 厭離.

jūta, đổ bác 賭博.

jūtappamādaṭṭhānuyogo, chủng chủng hý 種種戲, đổ bác phóng dật xứ 賭博放逸處.

K

Kabaliṃkārahārabhakkha-deva, Đoàn Thực thiên 搏食天.

kabaliṅkārāhāra, đoàn thực 搏食.

kabaliṅkāro āhāro oḷāriko vā sukkumo, đoàn thực thô tế 搏食粗細.

Kaccana, Ca-chiên 迦旃.

kadalī, linh dương 羚羊.

kadalimigapavara, gia-lăng-già-ba-hòa-la 加陵伽波憩邏.

kadalimigapavara-pacchattharaṇa, gia-lăng-già-hòa-la ba-giá-tất-đa-la-na 加陵伽波憩邏 波遮悉多羅那.

kāka, ô 烏, ô điểu 烏鳥.

kakacūpama, lợi cứ đao dụ 利鋸刀喻, cứ dụ 鋸喻.

kakāra, gia-ni-ca-la 加尼歌羅, yết-ni-ca 羯尼迦, hoàng hoa thọ 黃花樹.

Kakusandha, Giác-lịch-câu-tuân-đại 覺礫拘荀大, Câu-lưu-tôn (Phật) 拘留孫.

Kālaka-bhikkhu, Hắc Tỳ-kheo 黑比丘.

Kāḷakārāma, Già-lam viên 伽藍園.

Kāḷakhemaka Sakka, Gia-la-sai-ma Thích 加羅差摩釋.

Kāḷakhemakassa Sakkassa vihāra, Gia-la-sai-ma Thích tịnh xá 加羅差摩釋精舍.

Kalandaka-nivāpe, Nhiêu hà mô 饒蝦蟆.

kālaññū, tri thời 知時.

kāḷānusāriya, trầm hương 沈香, an tức hương 安息香.

Kalārakhattiya, Hắc Xỉ 黑齒.

Kaḷimbha (Kalibhadda?), Hiền Hoạn 賢患.

Kāliṅgāraññaṃ, Kì-lân vô sự 麒麟無事.

kalyāṇa (kallāṇa), thiện 善.

kāma, dục 欲.

kāma-anusāya, dục sử 欲使, dục tùy miên 欲隨眠.

kāma-āsavā, dục lậu 欲漏.

kāma-bhava, dục hữu 欲有.

kāmabhogī, hành dục nhân 行欲人.

kāmacitta, dục tâm 欲心.

kāmadhātu, dục giới 欲界.

kāmānaṃ ādīnavo, dục hoạn 欲患.

kāmānaṃ assādo, dục vị 欲味.

kāmānaṃ pariñña, tri đoạn dục 知斷欲, dục biến tri 欲變遍.

kāma-nibbidā, yểm dục 厭欲.

kāmānṃ nissaraṇaṃ, dục xuất yếu 欲出要.

kāmapatisaṃyutta, dục tương ưng 欲相應.

kāma-saññā, dục tưởng 欲想.

kāma-taṇhā, dục ái 欲愛.

kāma-vitakka, dục niệm 欲念, dục tầm 欲尋.

Kambala, Kiềm-bà-la bảo 鉗婆羅寶.

Kamboja, Kiếm-phù 劍浮.

kammāsa, mang sắc 厖色.

Kammāsadhamma, Kiếm-ma-sắt-đàm 劍磨瑟曇.

kammāsāsu sarūpāsu, mang sắc ái lạc sắc 厖色愛樂色.

kammaṭṭhāna, quán tướng 觀相, nghiệp xứ 業處.

kāmupādāna, dục thủ 欲取.

kāmūpasaṃhita, dục tương ưng 欲相應.

kaṇikārapuppha, gia-ni-ca-la hoa 加尼歌羅華.

Kaniya, Kiền-ni 犍尼.

kaṅkhā, nghi 疑, nghi hoặc 疑惑.

kaṅkhāvisuddhi, nghi cái tịnh 疑蓋淨.

kaṅkhāvitaraṇa, độ nghi 度疑, đoạn nghi 斷疑.

kaṅkhāvitaraṇavisuddha, nghi cái tịnh 疑蓋淨, độ nghi tịnh 度疑淨, đoạn nghi tịnh 斷疑淨.

Kanlandaka, Ca-lan-đà 迦蘭陀.

Kaṇṇakatthala, (Kaṇṭaka-) Phổ cức thích 普棘刺.

kaṇṭakaṭṭhāna, ác đạo 惡道.

Kapilavatthu, Ca-duy-la-vệ 迦維羅衛, Ca-tỳ-la-vệ 迦毘羅衛.

kapiñjala (?), kiếp-tân-xà-la 劫賓闍邏.

kappāsika, kiếp-bối y 劫貝衣.

kāpurisa, ác nhân 惡人.

karavīka, gia-la-tỳ-già 加羅毗伽, ca-lăng-tần-già 迦陵頻伽.

karīsa, phẩn 糞, đoàn phẩn 摶糞.

Kāsī Brahmadatta, Gia-xá Quốc vương Phạm-ma-đạt-đa 加赦國王梵摩達哆.

Kāsi, Ca-thi 迦尸, Gia-thi đô ấp 加尸都邑.

kasigorakkha, điền tác 田作.

kasiṇāyatana, nhất thiết xứ 一切處, biến xứ 遍處.

Kāsinigama, Gia-thi đô ấp 加尸都邑.

Kassapa, Ca-diếp 迦葉.

kathāvatthu, thuyết xứ 說處.

Katissa (?), Thượng Xứng 上稱.

kāya, thân 身.

kāya-carita, thân hành 身行.

kāyadaṇḍa, thân phạt 身罰.

kāyaduṭṭhulla, thân bịnh tưởng 身病想, thân thô ác 身粗惡.

kāyagata, thân hành 身行.

kāyagatasati, niệm thân 念身, thân niệm 身念, thân hành niệm 身行念.

kāyapariyantika-vedanā, hậu thân giác 後身覺.

kāya-passaddhi, chỉ thân 止身, thân khinh an 身輕安.

kāyasakkhī, thân chứng 身證.

kāyasamācāra, thân hành 身行.

kāyasaṅkhāra, thân hành 身行.

kāye kāyagatāsati, thân thân niệm 身身念.

kāye kāyanupassī, quán thân như thân 觀身如身.

kāyena phassitvā, thân xúc 身觸.

Keniya, Kiền-nhã 犍若.

Kesaputta, Ki-xá tử 羇舍子.

Ketumatī, Kê-đầu thành 雞頭城.

kevala dukkhakkhandha, thuần đại khổ ấm 純大苦陰, thuần đại khổ uẩn 純大苦蘊, thuần đại khổ tụ 純大苦聚.

KH

khādaniya, thực đạm 噉食.

khādaniya-bhojaniya, thực đạm hàm tiêu 食噉含消.

khāra, thuần hôi 淳灰.

khattiya, sát-lị 剎利, điền chủ 田主.

khema, an lạc 安樂.

khettānam adhipati, điền chủ 田主.

khīṇasava, lậu tận 漏盡.

khīra, nhũ 乳.

khoma, ma 摩, ma bố 摩布.

khomapilotikā, sơ-ma y 初摩衣, ma y 摩衣.

kilama, bì lao 疲勞.

kilanta, bì lao 疲勞.

Kimbilā(?), Kim-tỳ-la lạc viên 金鞞羅樂園.

Kimbila, Kim-tỳ-la 金毘羅.

Kimikālā, Kim-tỳ 金鞞.

kodha, sân nhuế (khuế) 瞋恚, phẫn nộ 忿怒, sân 瞋.

kodhahetu upanāhī, sân tệ ý 瞋弊意.

kodhano upanāhi, sân não kết triền 瞋惱結纏.

kodhūpāyāsa, hại nhuế 害恚, phẫn não 瞋惱.

kojava, câu chấp 拘執.

kolaṅkola, gia gia 家家.

Koliyesu, Câu-lệ-sấu 拘麗瘦.

Koṇākagamana, Câu-na-hàm 拘那含.

Koravya, Cao-la-bà 高羅婆, Câu-lao-bà 拘牢婆.

Kosala, Câu-sa-la 拘娑羅, Câu-tát-la 拘薩羅.

Kosala-rājan Pasenadi, Câu-tát-la vương Ba-tư-nặc 拘薩羅王波斯匿.

Kosambī, Câu-xá-di 拘舍彌.

Kosika, Câu-dực 拘翼.

kosohitaguhya, âm mã tàng 陰馬藏.

kosohitavatthaguyha, âm mã tàng 陰馬藏.

Koṭṭhaka, Câu-hi 拘絺.

koṭṭhāsayā vātā, hành phong 行風.

Kuddālaka, Cù-đà-lê-xá-đa 瞿陀梨舍哆.

kudrūsa, bại tử 稗子.

kuladuhitā, tộc tính nữ 族姓女.

kulaputta, tộc tính nam 族姓男.

Kumāra-kassapa, Cưu-ma-la Ca-diếp 鳩摩羅迦葉.

Kuru, Câu-lâu 拘樓.

Kurusu, Câu-lâu-sấu 拘樓瘦.

kusa, thảo 草.

kusala, thiện 善.

kusaladhamma, thiện pháp 善法.

kusalakamma, thiện nghiệp 善業.

kusalakammapatha, thiện nghiệp đạo 善業道.

kusalamūla, thiện căn 善根.

Kusāvati, Câu-xá-hòa-đề 拘舍恝堤.

Kusinārā, Câu-thi thành 拘尸城, Câu-thi-na-kiệt 拘尸那竭.

kūṭagārasāla, cao lâu đài quán 高樓臺觀, trùng các giảng đường 重閣講堂.

kūṭāgārika, thủ các nhân 守閣人.

L

lābha, đắc 得, hoạch 獲, lợi đắc 利得.

laddha, sở đắc 所得.

lakkhaṇa, tướng 相.

lekhaka, điển thủ 典守.

lobha, tham 貪, tham trước 貪著, ác tăng tứ 惡增伺.

lohita, xích 赤.

lohita-candana, xích chiên-đàn 赤栴檀.

lohitaṅka (?), lưu-thiệu 留邵, xích châu 赤珠.

loka, thế 世, thế giới 世界, thế gian 世間.

lokadhamma, thế gian pháp 世間法, thế pháp 世法.

lokadhātu, thế giới 世界.

lokavidū, thế gian giải 世間解.

loma, mao 毛, mao phát 毛髮.

lomahaṃsa, thân mao thụ lập 身毛豎立.

Lomasakaṅgiya, Lô-di-cường-kì 盧夷強耆.

M

mada, kiêu 憍.

madappamāda, kiêu dật 憍逸, kiêu mạn phóng dật 憍慢放逸.

madhu, mật 蜜.

madhu-gandhika, ma-đầu-kiện-đề 摩頭捷提.

madhu-piṇḍika, mật hoàn 蜜丸.

Magadha, Ma-kiệt-đà 摩竭陀.

magga, đạo 道.

maggāmagga, đạo phi đạo 道非道.

maggāmagga-ñāṇa-dassanavisuddha, đạo phi đạo tri kiến tịnh 道非道知見淨.

Maghadevambavana, Đại Thiên nại lâm 大天奈林.

Māha-Cunda, Ma-ha Châu-na 摩訶周那, Đại Châu-na 大周那.

Mahādeva, Đại Thiên 大天.

mahaggatā cetovimutti, đại tâm giải thoát 大心解脫.

mahaggatā, cao đại 高大, quảng đại 廣大, đại hành 大行.

mahaggatacitta, đại tâm 大心, quảng đại tâm 廣大心.

Mahā-Kaccāna, Đại Ca-chiên-diên 大迦旃延.

mahākammavibhaṅgaṃ, phân biệt đại nghiệp 分別大業.

Mahā-Kassapa, Đại Ca-diếp 大迦葉.

mahākāya, đại thân 大身.

Mahā-koṭṭhika, Đại Câu-hi-la 大拘絺羅.

Mahā-Moggallāna, Đại Mục-kiền-liên 大目犍連.

Mahānāma Kolita, Ma-ha-nam Câu-lệ 摩訶男拘隸.

Mahānāma, Thích Ma-ha-nam 釋摩訶南.

Mahāpajāpatī Gotamī, Ma-ha Bá-la-xà-bát-đề Cù-đàm-di 摩訶簸邏闍鉢提瞿曇彌, Đại Sinh Chủ Cù-đàm-di 大生主瞿曇彌, Cù-đàm-di Đại Ái Đạo 瞿曇彌大愛道.

mahāpaññā, đại tuệ 大慧.

mahapphala, đại quả 大果.

mahāpurisa, đại nhân 大人, đại trượng phu 大丈夫.

mahāpurisa-lakkhaṇa, đại nhân tướng 大人相.

mahāsobbha, đại xuyên 大川.

Mahāsudassana, Đại Thiện Kiến 大善見.

Mahesi, Đại Tiên Nhân 大仙人.

Mahī, Ma-xí 摩企.

majja-pāna, mạt-ta-đề ẩm 未磋提飲, ẩm tửu 飲酒.

majjhima-desa, trung quốc 中國.

majjhima-janapada, trung quốc 中國.

Makara, Ma-kiệt ngư vương 摩竭魚王.

makara, ngư ma-kiệt 魚摩竭.

makkha, bất ngữ 不語, phú 覆.

makkhata, bất ngữ kết 不語結.

mala, cấu 垢, trược 濁.

Malla, Bạt-la 跋羅, Mạt-la 末羅, Lực sĩ 力士.

Mallikā, Mạt-ly 末利.

Māluṅkya, Ma-la-cưu-ma-la 摩羅鳩摩羅, Man Đồng tử 鬘童子.

māna, mạn 慢.

mānanusaya, mạn sử 慢使, mạn tùy miên 慢隨眠.

manāpa, ý niệm 意念, khả ý 可意.

manas = mano, ý 意.

manasikāra, tác ý 作意.

Mandhātā, Đảnh Sanh 頂生.

mano-āyatana, manāyatana, ý xứ 意處.

manodaṇḍa, ý phạt 意罰.

manodhātu, ý giới 意界.

mano-indriya, manindriya, ý căn 意根.

manokamma, ý nghiệp 意業.

manomaya, ý sinh 意生, ý thành 意成, ý sở thành 意所成.

manomayakāya, ý sinh thân 意生身, ý thành thân 意成身

ý sở thành thân 意所成身.

Manomayakāya-devatā, Ý sinh thiên 意生天, ý thành thiên 意成天.

manopavicāra, ý hành 意行, ý cận hành 意近行.

manosañcetanā, ý tư 意思.

manosañcetanāhāra, ý tư thực 意思食, ý niệm thực 意念食.

Manosattā devā, Ý Trước thiên 意著天.

mano-viññāṇa, ý thức 意識.

manussa, nhân 人, nhân gian 人間.

Māra Papiman, Ma Ba-tuần 魔波旬.

masāṇa, ma-sa y 麻莎衣, liên hiệp y 連合衣, ma bố 麻布, tạp y 雜衣, thô bố 麤布.

maṭaja, việt phủ 鉞斧.

matta, lượng 量, tiểu lượng 小量, duy 唯.

mattaññū, tri tiết 知節, tri lượng 知量.

Mātula, Ma-đâu-lệ 摩兜麗, Ma-thâu-la 摩偷羅.

meda, medaka, chi 脂, chi phương 脂肪.

medakathālika, cao bình 膏瓶.

Medaḷumpa, Di-lũ-ly 彌婁離.

Meghiya, Di-hê 彌醯.

Mejjhārañña, Mi-lộc vô sự 糜鹿無事.

meraya, tửu 酒, quả tửu 果酒.

mettā cetovimutti, từ tâm giải thoát 慈心解脫.

mettā, từ 慈.

mettappamāṇa, từ vô lượng 慈無量.

Metteya, Di-lặc 彌勒.

micchā, tà 邪, bất chính 不正.

micchādiṭṭhi, tà kiến 邪見.

micchāsaṅkappa, tà chí 邪志, tà tư duy 邪思惟.

midda, thụy miên 睡眠.

Migadāya-vana, Lộc dã viên 鹿野園, Thí lộc lâm 施鹿林.

Migāramātā-pāsāda, Lộc mẫu giảng đường 鹿母講堂.

Mithilā, Di-tát-la, Di-di quốc 彌薩羅, 彌夷國.

mitta, hữu 友, bằng hữu 朋友.

mittāmacca, thân hữu thần 親友臣, bằng hữu 朋友.

moha, si 癡, ngu ám 愚暗, ngu độn 愚鈍.

mohajāla, vô minh võng 無明網.

Moliyaphagguna, Mâu-lê-phá-quần-na 牟犁破群那, Mâu-lợi-phá-quần-nậu 牟利破群菟.

mora, khổng tước 孔雀.

Moranivāpa paribbājakārāma, Khổng tước lâm Dị học viên 孔雀林異學園.

Moranivāpa, Khổng tước lâm 孔雀林.

muddha, đảnh pháp 頂法.

mūga, á 啞.

Mūgapakkha, Mâu-lê-phá-quần-na 牟犁破群那.

mūla, căn 根.

mūlagandhā, căn hương 根香.

muñja, thảo 草.

muñjapabbaja, uẩn mạn thảo 蘊蔓草.

N, Ñ

Nādika, Na-ma-đề 那摩提.

nāga, long 龍.

nagara, thành 城.

nāgasaṃhita, long tương ưng tụng 龍相應頌.

nahāniya-cuṇṇa, tháo đậu 澡豆.

Naḷakāra, Na-la-ca-la thôn 那羅迦邏村.

Nāḷandā, Na-nan-đà 那難陀, Na-nan-đại 那難大, Na-nan-đà viên 那難陀園.

Naḷerupucīmaṇḍa, Hoàng lô viên 黃蘆園.

Nālijaṅgha, Na-lị-ương-già 那利鴦伽.

nāma-rūpa, danh sắc 名色.

ñāṇa, trí 智, chính trí 正智.

ñāṇa-dassanā, tri kiến 知見.

ñāṇadassanavisuddha, tri kiến tịnh 知見淨.

nānattasaññā, nhược can tưởng 若干想, chủng chủng tưởng 種種想.

Nandipāla ghaṭīkāra, Nan-đề-bà-la đào sư 難提婆羅陶師.

Nandiya, Nan-đề 難提.

Naṅgaraka, Ấp danh thành 邑名成.

ñata, sở tri 所知.

ñāta-manussa, thắng nhân 勝人.

ñāti, quyến thuộc 眷屬, thân lý 親里.

ñatta, tri thức 知識.

natthikavādā, vô sở hữu (thuyết) 無所有, phi hữu thuyết 非有說, hư vô luận 虛無論.

navanīta, sinh tô 生酥.

Nerañjarā, Ni-liên-nhiên 尼連然, Ni-liên-thiền hà 尼連禪河.

nevasaññānāsaññāyatana, phi hữu tưởng phi vô tưởng xứ 非有想非無想處, phi tưởng phi phi tưởng xứ 非想非非想處.

ñeyya, sở tri 所知.

nhātakassa, tịnh dục 淨浴.

nibbedhikā, minh đạt tuệ 明達慧, quyết trạch 決澤.

nibbedhikapañño, minh đạt trí tuệ 明達智慧, quyết trạch trí 決澤智.

nibbedhikapariyāya, đạt phạm hạnh 達梵行, quyết trạch pháp môn 決澤法門.

nibbidā, yếm 厭.

nibbidāvirāgo, yếm ly ly dục 厭離離欲.

nidānasambhava, sở nhân sinh 所因生.

Nigaṇṭha Nātaputta, Ni-kiền Thân Tử 尼犍親子, Thân Tử Ni-kiền 親子尼乾.

Nigantha, Ni-kiền 尼揵, Ni-kiền đệ tử 尼揵弟子.

Nigaṇṭhūposatha, Ni-kiền trai 尼揵齋.

nigrodha, ni-câu-loại thọ 尼拘類樹.

Nigrodha, Vô Nhuế 無恚.

Nigrodhārāma, Ni-câu-loại viên 尼拘類園.

Nimi, Ni-di 尼彌.

Nimmānaratā, Hóa Lạc Thiên 化樂天.

nindāroso, tăng tật não 憎嫉惱.

nirāmisa sukha, vô thực lạc 無食樂.

nirāmisa, vô thực vị 無食味, phi vật 非物.

niratta, phi thần 非神, phi ngã 非我.

nīsīdana, ni-sư-đàn 尼師檀, tọa cụ 坐具.

nissaraṇa, xuất yếu 出要.

nissāraṇiyadhātu, xuất yếu giới 出要界, xuất ly giới 出離界.

O

odāta-vasana, bạch y 白衣.

Osadhi, Thái Bạch tinh 太白星.

Osadhitārakā, Thái Bạch 太白.

ottappī, tu quý 羞愧.

P

paccaya, duyên 緣.

Pācīnavaṃsadāya, Ban-na-mạn-xà-tự lâm 般那蔓闍寺林.

pādatalesu cakkāni jātāni, túc hạ sinh luân 足下生輪.

padhāna, cần 勤, tinh cần 精勤.

padhānasaṅkhāra, cần hành 勤行, thắng hành 勝行.

padhāniyaṅgāni, cần hành chi 勤行支, tinh cần chi 精勤支.

pahāna, đoạn 斷, đoạn hành 斷行.

Pahārāda-asurinda, Bà-la-la A-tu-la vương 婆羅邏阿須羅王.

pahātabba, đoạn 斷, ưng đoạn 應斷.

Pajāpati, Sanh Chủ 生主.

pakhuma, nhãn mao 眼毛, tiệp 睫, thừa lệ xứ 承淚處.

Palāsavana, Thanh lâm 青林.

pamāda, phóng dật 放逸.

pamādana-mahānāga, kiêu ngạo Ma-ha-năng-già 憍傲摩訶能加.

pāmojja, hoan duyệt 歡悅, hoan hỷ 歡喜.

paṃsu, phấn tảo 糞掃.

paṃsuka, phấn tảo y 糞掃衣.

paṃsukūla, phấn tảo y 糞掃衣.

Paṃsupisācaka, Phiêu phong quỷ 飄風鬼.

pamudita, hoan hỷ 歡喜.

Pañcakaṅgathapati, Ngũ Chi Vật chủ 五支物主.

pañcaṅgikasamādhi, ngũ chi thiền định 五支禪定.

Pañcasāla, Ngũ Sa-la 五娑羅.

Pañcasikha Gandhabbaputta, Ngũ Kết nhạc tử 五結樂子.

pañcorambhāgiyāni saṃyojanāni, ngũ hạ phần kết 五下分結.

pañcupādānakkhandhā dukkhā, ngũ thạnh ấm khổ 五盛陰苦, ngũ thủ uẩn khổ 五取蘊苦.

pañcupādānakkhandhā, ngũ thủ uẩn 五取蘊, ngũ thọ ấm 五受陰, ngũ thạnh ấm 五盛陰.

paṇḍita, quảng tuệ 廣慧, thông tuệ 聰慧, hiền giả 賢者.

paṇīta, diệu 妙, vi diệu 微妙.

paṇīta-sānta-nissataṇa, diệu, tức tịch, xả ly 妙息寂捨離.

paññā, bát-nhã 般若, tuệ 慧.

paññāpeti, thi thiết 施設.

paññatti, thi thiết 施設, giả danh 假名.

paññāvimutta, tuệ giải thoát 慧解脫.

pāpa, ác 惡.

pāpācāra, ác hành 惡行.

pāpa-dhamma, ác pháp 惡法.

pāpaka, ác 惡.

pāpaka-akusala-dhamma, ác bất thiện pháp 惡不善法.

pāpaka-diṭṭhi, ác kiến 惡見.

pāpakadiṭṭhigata, ác kiến 惡見.

pāpaka-mitta, ác bằng hữu 惡朋友.

pāpa-kamma, ác nghiệp 惡業.

pāpamitta, ác tri thức 惡知識.

papañca, hý luận 戲論, hư ngụy 虛偽, vọng tưởng 妄想.

papañcasaññāsaṅkhānirodhagāmini-patipadā, diệt hý đạo tích 滅戲道跡.

pāpicchā, pāpikā icchā, ác dục 惡欲.

pāpita, ác nhân 惡人.

paraloka, tha thế 他世, hậu thế 後世.

parama, tối thắng 最勝, tối thượng 最上.

paramavaṇṇa, tối sắc 最色, tối thắng sắc 最勝色.

pāraṅgata, độ ngạn 度岸, trụ ngạn nhân 住岸人.

pāraṅgata-brāhmaṇa, trụ ngạn phạm chí 住岸梵志, độ ngạn bà-la-môn 度岸婆羅門.

paribbājaka, phạm-chí 梵志, phổ hành giả 普行者, xuất gia ngoại đạo 出家外道.

pāricchattaka, trú độ thọ 晝度樹, viên sinh thọ 圓生樹.

parihāna, thối chuyển 退轉, thối thất 退失.

parihāna-dhamma, parihāniya-dhamma, suy thoái pháp 衰退法, thối thất pháp 退失法.

parikappa, sở tri 所知, phân biệt 分別.

pariṇāyaka, tướng quân 將軍, chủ binh 主兵.

pariṇāyaka-ratana, tướng quân bảo 將軍寶, chủ binh thần bảo 主兵臣寶.

pariñña, tri đoạn 知斷, biến tri 遍知.

parisaññū, tri chúng 知衆.

parisuddha, parisuddhi, thanh tịnh 清淨.

Parittābhā, Thiểu quang thiên 少光天.

Parittasubhā, Thiểu tịnh thiên 少淨天.

passaddhi, tức 息, khinh an 輕安.

passadhi-bojjhaṅga, tức giác chi 息覺支, khinh an giác chi 輕安覺支.

pāṭala, ba-la-đầu 波羅頭, đào sắc 桃色, hôi sắc 灰色.

Pāṭaliputta, Ba-la-li Tử 波羅利子, Ba-tra-li-phất 波吒利弗, Hoa thị thành 華氏城, Hoa tử thành 華子城.

Pātaliya-gāminī, Ba-la-lao Già-di-ni 波羅牢伽彌尼.

paṭibhāna, biện tài 辯才.

paṭiccasammuppāda, duyên khởi 緣起, nhân duyên 因緣, nhân duyên khởi 因緣起.

paṭigha, hữu đối 有對, sân 瞋.

paṭigha-pariyuṭṭhāna, sân triền 瞋纏.

paṭigha-samphassa, hữu đối cánh lạc 有對更樂, hữu đối xúc 有對觸.

paṭigha-saññā, hữu đối tưởng 有對想, hữu ngại tưởng 有礙想.

pātihāriya, thị hiện 示現, thị đạo 示導, thần thông 神通.

pāṭimokkha, tùng giải thoát 從解脫, biệt giải thoát 別解脫.

pāṭimokkhasaṃvara, thủ hộ tùng giải thoát 守護從解脫, biệt giải thoát luật nghi 別解脫律儀.

paṭipadā, đạo tích 道跡.

paṭipadā-ñāṇadassana-visuddha, đạo tích tri kiến tịnh 道跡知見淨

paṭipucchā, phản vấn 反問, cật vấn 詰問.

paṭipucchāvyākaraṇīya, cật luận 詰論, phản vấn ký 反問記.

paṭisallāna, yến tọa 宴坐, độc tọa 獨坐.

paṭiviruddha, paṭivirodha, tăng tránh 憎諍, tương vi 相違.

pattabba, sở đắc 所得.

patti, đắc 得, sở đắc 所得.

Pāva, Ba-hòa quốc 波想國.

pavāraṇā, thỉnh thỉnh thời 請請, tự tứ 自恣.

Pāvārika, Ba-bà-ly nại lâm 波婆離奈林.

Pāvārikambavana, Ba-hòa-lị-nại viên 波和利奈園, Tường thôn Nại lâm 牆村奈林.

paviveka, nhàn cư 閑居, độc cư 獨居, viễn ly 遠離.

paya, nhũ 乳.

Pāyāsi, Bế-tứ 鞞肆.

pema, ái kính 愛敬, ái cung kỉnh 愛恭敬.

pema, ái niệm 愛念, ái 愛.

peta, quỷ 鬼, ngạ quỷ 餓鬼.

pettivisayaṃ, ngạ quỷ giới 餓鬼界.

peyya, khả ái 可愛.

peyyavācā, ái ngôn 愛言, ái ngữ 愛語.

PH

phala, quả 果.

phalaka, ngọa quả 臥果, bản 板, mộc phiến 木片.

phassa, canh lạc 更樂, xúc 觸.

phassāhāra, phasso āhāro, canh lạc thực 更樂食, xúc thực 觸食.

phassakayā, cánh lạc xứ 更樂處, xúc thân 觸身.

phāsu, an lạc 安樂, an ổn 安穩.

phāsuvihāro, an lạc trụ chỉ 安樂住止, lạc trụ 樂住.

pīti, hỷ 喜.

pitta, não mạc 腦膜, đảm trấp 膽汁.

piya, ái niệm 愛念, ái 愛, khả ái 可愛.

piya-garu, ái kính 愛敬, ái cung kỉnh 愛恭敬.

piyavācā, ái ngôn 愛言, ái ngữ 愛語.

piyavippayoga, ái biệt ly 愛別離.

piyehi vippayogo dukkho, ái biệt ly khổ 愛別離苦.

Pokkarasāti, Phất-cà-sa-sa-la 弗架娑娑羅.

porāṇa, cổ, cổ tiên nhân 古仙人.

Potaliputta, Bộ-la-đà Tử 哺羅陀子.

Pubbakotthaka, Đông hà 東河.

Pubbārāma Migāramātupāsāda, Đông viên, Lộc tử mẫu giảng đường 東園鹿子母講堂.

Pubbārāma, Đông viên 東園.

pubbekata, túc tác 宿作.

pubbekata-hetu, túc tác nhân 宿作因.

pubbekatahetu-vāda, nhân túc mạng luận 因宿命論.

pubbekata-vāda, túc mạng tạo 宿命造, túc tác luận 宿作論.

pubbenivāsānussati-ñāṇa, túc trụ tùy niệm trí 宿住隨念智, túc mạng trí thông 宿命智通.

puggala, nhân 人, bổ-đặc-già-la 補特伽羅.

puggalaññū, tri nhân 知人.

puggalaparoparaññū, tri chúng nhân căn nguyên, 知衆人根原, tri căn thắng liệt 知根勝劣.

Pukkusāti, Phất-ca-la-sa-lợi 弗迦邏娑利.

Punabhasu, Phất-na-bà-tu 弗那婆修.

puñchanī, bô-chiên-ni 晡旃尼, thức bố拭布.

Puṇṇa Mantāṇiputta, Mãn Từ Tử 滿慈子.

Puṇṇa, Bân-nậu 邠耨.

puṇṇa, mãn 滿, sung mãn 充滿.

puññakkhetta, phước điền 福田.

Puṇṇikā, Bất-ni 不尼.

purāṇa, túc cựu 宿舊.

purimakoṭi, bản tế 本際, tiền tế 前際.

purimayāma, sơ canh 初更, sơ dạ 初夜.

purisa, nam 男, sĩ phu 士夫, trượng phu 丈夫.

purisadhammasārathi, điều ngự trượng phu 調御丈夫.

purisindriyaññāṇa, đại nhân căn trí 大人根智.

Purohita, Phú-lâu-hề-đa 富樓奚多.

purohita, tông chính khanh 宗正卿, phụ tướng 輔相.

R

rāga icchā, dục 欲.

rāga, tham 貪, tham trước 貪著, tham dục 貪欲.

rāgacitta, tham tâm 貪心, dục tâm 欲心.

rāga-dosa-moha, tham sân si 貪瞋癡.

rāga-kaṇṭaka, dục thích 欲刺.

rāgānusaya, tham tùy miên 貪隨眠, dục sử 欲使.

rahas = raho, mật 密, ẩn 隱, bình xứ 屏處, nhàn tĩnh xứ 閑靜處.

rahogata, độc tọa 獨坐, độc tĩnh 獨靜, độc xử nhàn tĩnh 獨處閑靜.

rahovādaṃ, đạo thuyết 道說.

rājā, rājan, vương 王.

raja, rajas, rajo, trần 塵, trần cấu 塵垢.

Rājagaha, Vương xá thành 王舍城.

rajata, tiền 錢, ngân 銀.

Rājisi, Tiên nhân vương 仙人王.

Rakkha, La-sát 羅剎.

rakkha, thủ hộ 守護.

Rakkhitavanasaṇḍa, Hộ tự lâm 護寺林.

ramaṇīya, ái lạc 愛樂, khả ái lạc 可愛樂.

Rammaka, La-ma 羅摩.

rasa, vị 味.

rata, ái lạc 愛樂, khả lạc 可樂, lạc trước 樂著, hân thích 欣適.

ratana, bảo 寶.

ratanattaya, Tam bảo 三寶, Tam tôn 三尊.

raṭṭha, quốc 國.

raṭṭhapāl, hộ quốc 護國.

Raṭṭhapāla kulaputta, Lại-tra-hòa-la Cư sĩ tử 賴吒惒羅居士子.

roga, bệnh 病.

rūpa, sắc 色.

rūpa-bhava, sắc hữu 色有.

rūpa-chanda, sắc ái 色愛, sắc dục 色欲.

rūpa-dhātu, sắc giới 色界.

rūpakkhandha, sắc ấm 色陰, sắc uẩn 色蘊.

rūpa-rāga, sắc ái 色愛.

rūpa-samudaya, sắc tập 色習.

rūpasaññā, sắc tưởng 色想.

rūpassa ādīnava, sắc hoạn 色患.

rūpassa assāda, sắc vị 色味.

rūpassa nissaraṇa, sắc xuất yếu 色出要.

rūpa-taṇhā, sắc ái 色愛.

rūpāyatana, sắc xứ 色處.

rūpupādānakkhan, sắc thạnh ấm 色盛陰, sắc thủ uẩn 色取蘊.

S

sabba, nhất thiết 一切.

sabbanimittaṃ, nhất thiết tướng 一切相, nhất thiết tưởng 一切想.

Sabbaññu, Tát-vân-nhã 薩云若, Tát-vân-nhiên 薩云然, Nhất thiết trí 一切智.

Sabhiya Kaccāna, Chân Ca-chiên-diên 真迦旃延.

sabrahmacarī, phạm hạnh nhân 梵行人, đồng phạm hạnh 同梵行.

sacca, chân đế 真諦.

saccavācā, chân đế ngôn 真諦言.

saccavacana, chân đế ngôn 真諦言.

saccavādin, chân thuyết 真說.

sad, thiện 善.

sadda, thanh 聲, âm 音, âm hưởng 音響.

saddha, tín 信.

saddhamma, chánh pháp 正法, diệu pháp 妙法, thiện pháp 善法.

saddhammasavana, văn thiện pháp 聞善法, thính văn chính pháp 聽聞正法.

saddhānusārī, tín hành 信行, tùy tín hành 隨信行.

saddhāvimutto, tín giải thoát 信解脫.

sahassadhā-loka, thiên thế giới 千世界.

sahassīlokadhātu, thiên thế giới 千世界.

sākabhakkha, thái như 菜茹, thực thái 食菜.

Sāketa, Sa-kê-đế 娑雞帝.

Sākiya, Xá-di 舍彌.

Sakka Devānam Inda, Thích Thiên Nhân-đà-la 釋天因陀羅, Thích Đề-hoàn Nhân 釋提桓因, Thiên đế Thích 天帝釋.

sakkāya, tự kỷ hữu 自己有, tự thân 自身.

sakkāyadiṭṭhānusaya, thân kiến sử 身見使 thân kiến tùy miên 身見隨眠.

sakkāya-diṭṭhi, thân kiến 身見, tự thân kiến 自身見.

Sakkesu, Thích-ki-sấu 釋羈瘦.

Sakulā-Somā, Hiền Nguyệt 賢月.

Sakuḷudāyi, Tiễn Mao 箭毛.

sālā, đường 堂.

sāla, sa-la 娑羅 (thọ).

Salākagāhāpakathera? Hành Trù trưởng lão 行籌長老.

Salaḷāgāra, Sa-la-la nham sơn 娑羅邏巖山.

sālavana, sa-la thọ lâm 裟羅樹林.

sāli, đạo 稻, mễ 米.

sālikkhetta, hữu uế 有穢.

sāli-maṃsodana, canh lương 粳糧.

sallekha, tiệm tổn 漸損.

sāmā, bại tử 稗子.

Samacittādevatā, Đẳng tâm thiên 等心天.

samādapetā, đạo sư 導師, khuyến đạo giả 勸導者.

samādhi, định 定.

samādhija pītisukha, định sinh hỷ lạc 定生喜樂.

sāmāka, bại tử 稗子.

sāmaññattha, sa-môn nghĩa 娑門義.

sāmaññatthika, sa-môn nghĩa 娑門義.

samannesanā, cầu giải 求解.

samatā, bình đẳng 平等.

samatha, chỉ 止, xa-ma-tha 奢摩他.

samatikkama, quá độ 過度.

samavepākin, bình đẳng thực vị chi đạo 平等食味之道, đẳng thục lực 等熟力.

samavepākiniyā, đẳng thực đạo 等食道.

saṃghārama, chúng viên 眾園.

Samiddhi, Tam-di-đề 三彌提.

sammā-ājīva, chính mạng 正命.

sammādesanā, chánh hành thuyết pháp 正行說法.

sammādiṭṭhi, chánh kiến 正見.

sammā-kammanta, chính nghiệp 正業.

sammappadhāna, chính cần 正勤, chính thắng 正勝.

sammappahāna, chánh đoạn 正斷.

sammā-samādhi, chánh định 正定.

sammā-saṅkappa, chánh chí 正志, chánh tư duy 正思惟.

sammā-vācā, chính ngữ 正語.

sammā-vayāma, chánh phương tiện 正方便, chánh tinh

tấn 正精進.

sampahaṃsetvā, sampahaṃsati, thành tựu hoan hỷ 成就歡喜.

saṃpajāna, chánh tri 正知.

samparāya, vị lai 未來, đương lai 當來, lai thế 來世.

samparāyavedanīya, thuận hậu thọ 順後受, hậu sinh thọ 後生受, hậu sinh báo 後生報.

saṃsāra, lưu chuyển 流轉, luân hồi 輪迴.

saṃsedaja, thấp sinh 濕生.

samudācāra, hành 行, chính hành 正行, hiện hành 現行.

samudaya, sinh khởi 生起, tập 集.

saṃvara, thủ hộ 守護, luật nghi 律儀.

saṃvāsa, cộng trú 共住.

saṃvaṭṭa, chuyển hoại 轉壞.

saṃvaṭṭakappa, hoại kiếp 壞劫.

saṃyoga, phược 縛, ách 軛.

saṃyojana, kết 結, kết phược 結縛, hệ phược 繫縛.

saṃyutta, tương ưng 相應.

sañcetanikā-kamma, cố tác nghiệp 故作業, cố tư nghiệp 故思業.

sandiṭṭhika, hiện kiến 現見.

saṅgahavatthu, sự nhiếp 事攝, nhiếp sự 攝事.

Saṅgārava, Thương-ca-la Ma-nạp 傷歌邏摩納.

Sañjaya-Ākāsagotta, Tưởng Niên Thiếu Cát Tường Tử 想年少吉祥子.

Sañjīva, Hoạt 活, Đẳng hoạt 等活.

saṅkappa, niệm 念, tư duy 思惟.

Saṅkha, Loa 螺.

saṅkhāra, hành 行.

saññā, tưởng 想, sở tướng 所相.

saññā-vedayita, tưởng tri 想知, tưởng thọ 想受.

saññāv-edayita-nirodha, tưởng tri diệt 想知滅, tưởng thọ diệt 想受滅.

saññā-vedayita-nirodha-samāpatti, tưởng tri diệt định 想知滅定.

santa cetovimutti, tức tâm giải thoát 息心解脫, tịch tĩnh tâm giải thoát 寂靜心解脫.

santā vimokkhā, tức giải thoát 息解脫, tịch tĩnh giải thoát 寂靜解脫.

santa, tịch tĩnh 寂靜.

sañvetanā, tư 思, cố tư 故思.

sapatha, yếu thệ 要誓.

sapatta, địch 敵, oán 怨.

sapattaka dhamma, oán gia pháp 怨家法.

sappi, tô tinh 酥精, đề hồ 醍醐.

sappurisa, thiện nhân 善人, thiện sĩ 善士, chân nhân 真人.

sappurisadhamma, chân nhân pháp 真人法, thiện sĩ pháp 善士法.

sappurisasamsevo, phụng sự thiện tri thức 奉事善知識, thân cận thiện sĩ 親近善士.

sara, âm 音, âm thanh 音聲.

sāra, thật 實, kiên 堅.

Sarabhū, Xá-lao-phù 舍勞浮.

sāraddhakāyo, thân tránh 身諍.

sāragandhā, thật hương 實香.

sārambha, tăng tránh 憎諍.

Sārandada-cetiya, Giá-hòa-la tự 遮惒羅寺, Cấp tật thần xá 急疾神舍, Chánh tháo thần xá 正躁神舍.

sārāṇiya dhamma, ủy lao pháp 慰勞法.

sārāṇīya, khả niệm 可念.

sārappattā, đắc chân thật 得真實.

sārathi, ngự giả 馭者, 御者.

Sāriputta, Xá-lê Tử 舍梨子.

sasaṅkhāra-parinibbāyī, hành Bát-niết-bàn 行般涅槃.

sāsava, hữu lậu 有漏.

sāsavadhātu, hữu lậu giới 有漏界.

sassata, thường trụ 常住.

sassata-avipariṇāma, thường trụ bất biến 常住不變.

sa-taṇhā, ái, thọ 愛, 受.

satatavihāra, thiện trụ xứ 善住處, hằng trụ 恒柱.

Sāti Kevaṭṭaputta, Trà-đế Kê-hòa-đa Tử 嗏帝雞和哆子.

satipaṭṭhāna, ý chỉ 意止, niệm xứ 念處, niệm trụ 念住.

satta, chúng sinh 眾生.

satta, thất 七.

sattakkhattuparama, cực thất phản 極七反, cực thọ thất hữu 極受七有.

sattakkhatu, thất phản 七反.

Sattapaṇṇiguhā, Thất diệp ốc 七葉屋, Thất diệp quật 七葉崛.

sattaratana, thất bảo 七寶.

satthā, đại sư 大師.

sattha, đao 刀, kiếm 劍.

satthantara-kappa, đao binh kiếp 刀兵劫.

sa-upādāna, ái thọ 愛受, hữu thủ 有取, hữu thủ trước 有取著.

sa-upadhi, hữu y 有依.

sa-upādiséa, hữu dư y 有餘依.

savitakka, hữu tầm 有尋.

savitakka-savicāra, hữu giác hữu quán 有覺有觀, hữu tầm hữu tứ 有尋有伺.

savyañjana, hữu văn 有文.

savyāpajjhā, hữu tránh 有諍, hữu hại 有害, sân nhuế 瞋恚.

sekha, học 學, hữu học 有學, học nhân 學人.

sekha-dhamma, học pháp 學法, hữu học pháp 有學法.

senā, quân 軍.

Senā, Tư-na 斯那.

senāpati, tướng quân 相軍.

Seniya Bimbisāra, Tầy-ni Tần-bế-sa-la 洗尼頻鞞娑邏.

Setavyā, Tư-hòa-đề 斯惒提.

sevanā, phụng sự 奉事, thân cận 親近.

sevati, tập hành 習行.

sīha, sư tử 師子.

Sīhahanu, Sư Tử Giáp Xa 師子頰車.

sīha-nāda, sư tử hống (hẩu) 師子吼.

Sīha-senapati, Sư Tử đại thần 子師大臣.

sīla, giới 戒.

sīla, thi-lại 尸賴.

sīlabbata, giới cấm 戒禁, cấm nguyện 禁願.

sīlabbata-parāmāsa, giới cấm thủ 戒禁取.

sīlabbataparāmāsānusaya, giới thủ sử 戒取使, giới cấm thủ tùy miên 戒禁取隨眠.

sīlabbatupādana, giới thủ 戒取.

sīlavisuddha, giới tịnh 戒淨.

simbalivana, Thiết kiếm thọ 鐵劍樹.

Siṃsapavana, Thi-nhiếp-hòa lâm 尸攝恕林.

Sinerupabbata, Tu di sơn 須彌山.

sippa, công xảo 工巧.

sippaṭṭhāna, công xảo xứ 工巧處.

Sirivaddha, Thi-lị-a-trà 尸利阿荼.

Sīvaka, Mật-khí 蜜(密)器.

Sivakadvāra, Thành tức môn 城息門.

sīvathikā, tức chỉ đạo 息止道, trủng gian 冢間.

sneha, ái 愛, ái niệm 愛念.

sogandhika, tu-kiện-đề 修揵提, hảo hương hoa 好香花, bạch thụy liên 白睡蓮, Thanh liên địa ngục 青蓮地獄.

Soma (?), Tô-ma 蘇摩.

Soṇa (Koḷivīsa), Sa-môn Nhị Thập Ức 沙門二十億.

soṇḍikākammakara, cô tửu sư 沽酒師.

sota-dhātu, nhĩ giới 耳界.

sovacassa, thiện ngữ 善語.

subha, tịnh 淨, thiện 善.

Subhakiṇhā, Biến tịnh thiên 遍淨天.

subhanimitta, tịnh tướng 淨相.

subhasaññā, tịnh tưởng 淨想.

subhāsita, thiện ngữ 善語.

subha-vimokkha, tịnh giải thoát 淨解脫.

Subho māṇavo todeyyaputto, Anh Vũ Ma-nạp Đô-đề Tử 鸚鵡摩納都提子, Anh Vũ Ma-lao Đâu-la Tử 鸚鵡摩牢兜羅子, Đâu-diệu Tử Cốc 兜調子谷.

Subhūti, Tu-bồ-đề 須菩提.

Sudassā, Thiện Kiến thiên 善見天.

Sudassī, Thiện Hiện thiên 善現天.

Sudatta, Tu-đạt-đa 須達哆.

Suddhābhāsa (?), Tịnh Quang thiên 淨光天.

Sudhamma-sabhā, Thiện pháp giảng đường 善法講堂.

sujāta, thọ sinh thanh tịnh 受生清淨, thiện sinh 善生.

sukha, lạc 樂, an lạc 安樂.

sukhadukkhī, tạp khổ 雜苦.

sukha-vedanā, lạc canh lạc 樂更樂, lạc thọ 樂受.

sukhavedanīya, lạc báo 樂報, thuận lạc thọ 順樂受.

sukhavihārī, an lạc cư 安樂居, lạc trú 樂住.

sumanā, tu-ma-na 修摩那.

Sundarika, Diệu hảo thủ Phạm chí 妙好首梵志.

Sunetta, Thiện Nhãn 善眼.

suñña, không 空.

Suñña-brahmavimāna, Không Phạm cung điện 空梵宮殿.

suññāgāra, không tĩnh xứ 空靜處.

suññatāvihāra, hành không 行空, không tính trụ 空性住.

suñña-vimāna, không cung điện 空宮殿.

suppatiṭṭhitapāda, túc an bình lập 足安平立.

surā, tửu酒, cốc tửu穀酒.

surā-meraya, tửu酒.

Sūrasena, Tô-la-tra 蘇羅吒.

suta, văn 聞.

sutta, chánh kinh 正經.

suvaṇṇavaṇṇa, tử ma kim 紫磨金.

svākkhāta, thiện thuyết 善說.

svākkhāta-dhamma, thiện thuyết pháp 善說法.

T, Ṭ

takka, sinh tô 生酥.

takka, tư trạch 思擇, tầm tư 尋思.

tāla, đa-la thọ 多羅樹.

Tālavana, Đa-la viên 多羅園.

tama, ám 暗, hắc ám 黑闇.

taṇhā, ái 愛.

taṇhacchinda, ái đoạn 斷愛.

taṇhakkhaya, ái tận 愛盡.

taṇhāsaṅkhaya-vimutta, ái tận giải thoát 愛盡解脫.

taṇhupādiṇṇa, ái sở thọ 愛所受.

tapa, nhiệt 熱, khổ hành 苦行.

tapajigucchā, yếm ố khổ hành 厭惡苦行.

tapassī, thanh khổ 清苦, nhiệt hành 熱行, khổ hành giả 苦行者.

tapoda, ôn tuyền 溫泉.

Tapodārāma, Ôn tuyền lâm 溫泉林.

tassapāpiyasikā, quân chỉ tránh luật 君止諍律.

tathā, như 如, như thị 如是.

tathārūpaṃ iddhipāda, như kì tượng như ý túc 如其像如意足, như kỳ tượng định 如其像定.

tathārūpaṃ, như thị 如是, như kỳ 如其.

tathāvādin, như ngữ giả 如語者.

Tāvatiṃsa, Đao-lị thiên 忉利天, Tam thập tam thiên 三十三天.

tevijjā, tam đạt 三達, tam minh 三明.

ṭhāna, xứ 處.

ṭhānāṭhāna, xứ phi xứ 處非處.

ṭhapakaraṇīyam, chỉ luận 止論.

ṭhapana, trí 置, an lập 安立, cấm chỉ 禁止, già chỉ 遮止.

ṭhapanīya-pañha, trí vấn 置問, ưng xả ký vấn 應捨記問.

theyya, đạo 盜, thâu đạo 偷盜.

theyyacitta, đạo tâm 盜心.

thīna, hôn trầm 昏沉.

thīna-midda, hôn trầm thụy miên 昏沉睡眠.

ṭhitakappa, trụ kiếp 住劫.

ṭhiti, trụ 住, thường trụ 常住.

thulla, thūla, thô đại 粗大.

Thullavajja, Thâu-la-chá 偷羅柘.

ṭikā, sớ thích 疏釋.

tikkhapaññā, lợi tuệ 利慧.

Timbaru-Gandhabba-rāja, Đam-phù-lâu Nhạc vương 耽浮樓樂王.

timi, đế-nghê 帝麑, đề-tỉ 提鼻, kình ngư 鯨魚.

timiṅgala, đề-tỉ-già-la 提鼻伽羅, đại ngư 大魚.

timira, ám 暗, ế 翳.

timiramiṅgala, đề-đế-nghê-già-la 提帝麑伽羅.

tiṇṇaṃ vedānaṃ, tam điển kinh 三典經, tam Vệ-đà

三吠陀.

tiracchāna, súc sinh 畜生, bàng sinh 傍生.

tiracchānakatha, điểu luận 鳥論 (súc sinh luận).

tiracchānakathā, súc sinh luận 畜生論.

tittirapatta (?), đề-đế-la-hòa-tra 提帝邏恓吒.

Todeyya, Đô-đề 都提.

tuccha, không hư 空 虛, hư ngụy 虛偽.

tūla, đâu-la hoa 兜羅華.

Tusita, Đâu-suất-đa thiên 兜率哆天.

U

ubha, lưỡng 兩, nhị 二, câu 俱.

ubhatobhāgavimutta, câu giải thoát 俱解脫, câu phần giải thoát 俱分解脫.

ubhatobyañjanaka, nhị hình 二形.

uccheda, đoạn diệt 斷滅.

udaka, thủy 水.

udakorohaka, thường dương thủy 常揚水.

udāna, ưu-đà-na 優陀那, tự thuyết 自說, thử thuyết 此說.

udāra, quảng đại 廣大, hào quý 豪貴.

udaya, sinh 生, khởi 起, hưng 興.

udayatthagāmin, hưng suy pháp 興衰法, sinh diệt pháp 生滅法.

udaya-vyaya, sinh diệt 生滅, hưng suy 興衰.

Udayī, Ô-đà-di 烏陀夷.

udda, thát thú 獺獸.

Uddaka-Rāmaputta, Uất-đà-la La-ma Tử 鬱陀羅羅摩子, Ưu-đà-la La-ma-tử 優陀羅羅摩子.

uddhaṃsota-akaniṭṭhagāmī, thượng lưu sắc cứu cánh 上流色究竟.

Udumbarikāya paribbājakārāmo, Ưu-đàm-bà-la lâm Dị học viên 優曇婆邏林異學園.

Ugga-gahapati, Úc-già Trưởng giả 郁伽長者.

uju, trực 直.

Ujuññā, Uất-đầu-tùy-nhã 鬱頭隨若.

ujupaṭipanna, chánh hành 正行, chánh hướng 正向.

Ukkācelā, Úc-già-chi-la 郁伽支羅.

ukkuṭika, tồn cứ 蹲踞.

ulūka, hưu hồ 鵂狐.

umāpuppha, thanh thủy hoa 青水華.

upādāna, thủ 取, thọ 受.

upādānakkhandha, thủ uẩn 取蘊, thạnh ấm 盛陰.

upadhipahānāya paṭipannaṃ, hành xả 行捨.

upādisesa, hữu dư y 有餘依.

upahaccaparinibbāyī, sanh Bát-niết-bàn 生般涅槃, tổn hại Bát-niết-bàn 損害般涅槃.

Upaka, Ưu-đà 優陀.

upakkilesa, uế ô 穢污, cấu uế 垢穢, tùy phiền não 隨煩惱.

Upāli, Ưu-ba-ly 優波離 (tôn giả).

Upāli-gahapati, Ưu-bà-ly cư sĩ 優婆離居士.

Upananda senāpati, Bà-nan 婆難.

Upananda, Ưu-ba-nan-đà 優波難陀, Bạt-nan-đà 跋難陀.

upanisā, tập 習, duyên 緣, thí dụ 譬喻.

upaparikhā, quán nghĩa 觀義.

uparata, lạc hành 樂行, tịch tĩnh 席靜.

Upariccha, Vô Hoạn 無患.

upasampajja viharati, thành tựu du, 成就遊.

upasevanā, tập 習.

Upatissa, Ưu-ba-đề-xá 優波鞮舍.

Upavāṇa, Bạch Tịnh 白淨.

Upavattana-Mallā, Hòa-bạt-đan Lực sĩ (Sa-la lâm) 惒跋單力士 (裟羅林).

upavicarati, quán 觀, cận hành 近行.

upāyā-rūpa, sở tạo sắc 所造色.

upekkha, xả 捨.

upekkhaka satimā sukhavihari, xả niệm lạc trú 捨念樂住.

upekkhānimitta, xã tướng 捨相.

uposatha, trai 齋.

Uposatha, Vu-sa-hạ 于裟賀.

Uposathanāgarāja, Vu-sa-hạ tượng vương 于娑賀象王.

uppatha, ác đạo 惡道.

uppilaṃ (= ubbillo), hỷ duyệt 喜悅.

urabbha, cổ dương 羖羊.

uraga, hung hành 胸行.

Uruvela, Uất-bệ-la 鬱鞞羅, Uất-bế-la 鬱鞞羅.

Uruvela-Kassapa, Uất-bế-la Ca-diếp 鬱毗羅迦葉.

usaṅkhapāda, túc lưỡng khỏa sung 足兩踝 [月+庸].

uttamattha, tối thượng chân tế 最上真際.

Uttara, Bắc thôn 北村.

Uttara, Ưu-đa-la 優多羅.

Uttarakuru, Uất-đan-viết 鬱單日, Uất-đan-việt châu 鬱單越洲.

uttarāsaṅga, ưu-đa-la-tăng 優哆邏僧, uất-đa-la-tăng 鬱多羅僧.

uttari mettā, tăng thượng từ 增上慈.

uttarimanussadhamma, nhân thượng pháp 人上法.

uṭṭhānasaññā, dục khởi tưởng 欲起想.

uyyāna, viên quán 園觀.

V

vācā, ngữ 語, ngôn 言, thanh 聲.

vacana, ngữ 語, ngôn 言.

vaccha, độc ngưu 犢牛.

vacchapālaka, mục ngưu giả 牧牛者.

Vacchāyana, Bà-ta 婆磋.

vacī, ngữ 語, ngôn 言, khẩu 口.

vacīdaṇḍa, khẩu phạt 口罰.

vacīduccarita, khẩu hành bất thiện 口行不善, khẩu ác hành 口惡行, ngữ ác hành 語惡行.

vacīkamma, khẩu nghiệp 口業, ngữ nghiệp 語業.

vacīparamo, ngôn ngữ 言語.

vacīsaṅkhāra, khẩu hành 口行.

vacīsaṅkhāro, khẩu hành 口行.

vacīsoceyya, khẩu hành thanh tịnh 口行清淨.

vacīsucarita, khẩu hành thiện 口行善, khẩu diệu hành 口妙行, ngữ diệu hành 語妙行.

vāda, thuyết 說, luận 論.

vādita, âm nhạc 音樂.

vajira, kim cang 金剛.

Vajīrī-kumāri, Bà-di-lị đồng nữ 婆夷利童女.

Vajji, Bạt-kì 跋耆, Viết-địa 曰地.

Vajjīsu, Bạt-kì-sấu 跋耆瘦.

Vakkula, Bạc-câu-la 薄拘羅.

valāhaka, vân mã 雲馬, lôi vân 雷雲.

Valāhaka-assarāja, Mao mã vương [馬+毛] 馬王.

Vāmadeva, Bà-ma-đề-bà 婆摩提婆.

Vāmaka, Bà-ma 婆摩.

Vāmanikā, Bà-hòa-nậu 婆恝菟.

Vaṁsa, Bạt-ta 跋蹉.

vaṃsa, chủng 種, chủng tộc 種族, thống 統.

vana, viên lâm 園林.

vañcana, khi cuống 欺誑.

Vangīsa, Bàng-kì-xá 傍耆舍.

Vappa, Hòa-phá 恝破.

vāri, thủy 水.

vāruṇī, bà-lưu-ni 婆留尼.

vāsa, trú xứ 住處.

Vāsabhā (Khattiyā), Vũ Nhật Cái 雨日蓋.

Vāsava, Bà-sa-bà 婆娑婆.

Vāseṭṭha, Bà-tư-tra, Bà-tất-tra, Bạch Y 婆私吒, 婆悉吒, 白衣.

vassa, vũ 雨, vũ quý 雨季, hạ 夏.

Vassakāra, Vũ Thế 雨勢.

vassāvāsa, hạ an cư 夏安居.

vassikā, bà-sư 婆師, hạ sinh hoa 夏生花.

vāta, phong 風.

vātābadha, phong bệnh 風病.

vāyama, cần 勤, sách cần 策勤, tinh tấn 精進, phương tiện 方便.

vāyodhātu, phong giới 風界.

vāyokasiṇa, phong biến xứ 風遍處.

vāyu, phong 風.

Vebhaḷinga, Bế-bà-lăng-kì 鞞婆陵耆.

Vebhāra, Bố đa-la sơn 鞞哆邏山, Bế-bà-la sơn 毘婆羅山.

vedalla, quảng giải 廣解, phương quảng 方廣, Bế-đà-la 毘陀羅.

vedanā, giác 覺, thọ 受.

Vedapphalā, Quả Thật thiên 果實天.

Vedehiputta, Bế-đà-đề Tử 鞞陀提子, Vi-đề-hi Tử 韋提希子.

vedikā, câu lan 鉤欄.

Vejayanta ratha, Nhạc thanh xa 樂聲車, Tối thắng xa 最勝車.

Vejayanta-pāsāda, Tối thắng giảng đường 最勝講堂, Tối thắng điện 最勝殿.

Vekhanassa paribbājaka, Tỳ-ma-na-tu 鞞摩那修.

Velāma, Tùy-lam 隨籃.

veḷuriya, Tì-lưu 鞞留.

Veḷuvana, Trúc lâm 竹林.

vematta, sai biệt 差別.

vemattatā, sai biệt 差別, thắng như 勝如.

Verañjā, Tì-lan-nhã 鞞闌若.

Vesālī, Tỳ-da-ly 毘耶離.

vessa, công sư 工師, cư sĩ 居士.

Vessāmitta, Tì-xa-mật-đa-la 毗奢蜜哆羅.

Vessavaṇa, Tì-sa-môn 毘沙門.

vessikā, công sư nữ 工師女.

veyyākaraṇa, thọ ký 受記, ký thuyết 記說, ký biệt 記別.

veyyāvaccakara, điển thủ 典守.

vibhajja, phân biệt 分別.

vibhajjhavyākaraṇīya, phân biệt luận 分別論.

vibhava, phi hữu 非有.

vibhavadiṭṭhi, vô kiến 無見, phi hữu kiến 非有見.

vibhīṭaka, Tì-hê-lặc 鞞醯勒, xuyên luyện 川練.

vibhūsana, trang sức 裝飾, nghiêm sức 嚴飾.

vibhūsita-pādukā, nghiêm sức tỷ 嚴飾屣.

vicāra, quán 觀, tứ 伺.

vicikicchā, nghi 疑.

vicikicchānusayo, nghi sử 疑使, nghi tùy miên 疑隨眠.

Videha, Tì-đề-ha 毘提訶.

Vidhūra, Âm 音.

Viḍūḍabha, Tì-lưu-la 鞞留羅, Tì-lưu-li 毘琉離.

viggaha, đấu tranh 鬥諍, luận nghị 論議, luận tránh 論諍, luận nạn 論難.

vihāra, đại ốc 大屋, tinh xá 精舍, tự 寺, thất 室, trụ 住.

vihārasamāpatti, trú chỉ 住止.

viharati, du hành 遊行, trú 住.

vihiṃsā, hại 害.

vihiṃsā-citta, hại tâm 害心.

vihiṃsā-dhātu, hại giới 害界.

vihiṃsaka, hại ý sân 害意瞋.

vihiṃsā-saṅkappa, hại niệm 害念, hại tư duy 害思惟.

vihiṃsā-vitakka, hại niệm 害念, hại tầm 害尋.

vijā, minh 明.

vijjābhāgiya, đạo phẩm pháp 道品法, thuận minh phần 順明分.

vijjācaraṇasampanna, minh hành túc 明行足, minh hành thành vi 明行成為.

vijjā-vimutti, minh giải thoát 明解脫.

vikāla, phi thời 非時.

vikālavisikhācariya, phi thời hành 非時行.

Vimala, Duy-ma-la 維摩羅.

vimutti, giải thoát 解脫.

vimutti-ñāṇadassana, giải thoát tri kiến 解脫知見.

vimuttiparipācaniyā saññā, thục giải thoát tưởng 孰解脫想, giải thoát thành thục tưởng 解脫成孰想.

viññāṇa, thức 識.

viññāṇāhāra, thức thực 識食.

viññāṇañcanāyatana, vô lượng thức xứ 無量識處, thức vô biên xứ 識無邊處.

viññāṇañcanāyatana-saññā, vô lượng thức xứ tưởng 無量識處想, thức vô biên xứ tưởng 識無邊處想.

viññāṇaṭṭhiti, thức trụ 識住.

viññu, trí giả 智者.

vipāka, dị thục 異熟, quả báo 果報.

vipariṇāma, biến dịch 變易.

vipariyāsa, điên đảo 顛倒.

vipassanā, quán 觀, Tì-bát-xa-na 毘鉢舍那.

vipatha, ác đạo 惡道, tà đạo 邪道.

virāga, ly dục 離欲, ly tham 離貪, vô dục 無欲.

viriya, tinh tấn 精進.

Visākha (upāsaka), Tì-xá-khư (ưu-bà-tắc) 毗舍佉.

Visākhā Migāramātā, Lộc Tử Mẫu Tì-xá-khư 鹿子母毗舍佉.

Visākhā, Tì-xá-khư 毗舍佉.

visaya, cảnh giới 境界.

vitakka, giác 覺, tầm 尋, niệm 念.

vitakka-vicāra, giác quán 覺觀, tầm tứ 尋伺.

vīta-rāga, ly dục 離欲, ly tham 離貪.

viveka, viễn ly 遠離.

vivekaja-pītisukha, ly sinh hỷ lạc 離生喜樂.

vivicca akusalehi dhammehi, ly ác bất thiện pháp 離惡不善法.

vivicca, ly 離.

vyādhi, bệnh 病, hoạn 患.

vyādhidhamma, bệnh pháp 病法.

vyāpāda, sân nhuế 瞋恚 (khuể).

vyāpannacitta, tránh ý 諍意, nhuế tâm 恚心, sân tâm 瞋心.

Y

Yama, Diêm vương 閻王.

Yāma, Diệm-ma thiên 焰摩天.

yama, yamaka, song 雙.

yamaka-sālā, song Sa-la thọ 雙裟羅樹, sa-la song thọ 裟羅雙樹.

Yamataggi, Dạ-bà-đà-kiền-ni 夜婆陀犍尼.

Yamunā, Diêu-vưu-na 搖尤那.

yañña, trai 齋, tự, tế tự 祭祀.

yaññābhinivesā, trai giới 齋戒.

Yasa, Da-xá 耶舍.

yava, cốc 穀, mạch 麥.

yavadūsī, uế mạch 穢麥.

yebhuyyasikā, đa nhân ngữ 多人語, triển chuyển chỉ tránh luật 展轉止諍律.

yiṭṭha, trai 齋, tế 祭.

yojana, do-diên 由延, do-tuần 由旬.

Yonā, Dư-ni 餘尼.

yoniso manasikāra, chánh tư duy 正思惟, như lý tác ý 如理作意.

yoniso, như lý 如理.

yūpa, đại kim tràng 大金幢, trụ 柱.

GIÁO HỘI PHẬT GIÁO VIỆT NAM THỐNG NHẤT
HỘI ĐỒNG HOẰNG PHÁP*

CHỨNG MINH:
Trưởng lão HT Thích Thắng Hoan   (Hoa Kỳ),
Trưởng lão HT Thích Huyền Tôn   (Úc châu),
HT Thích Bảo Lạc   (Úc châu),
HT Thích Tuệ Sỹ   (Việt Nam)

CỐ VẤN CHỈ ĐẠO:
HT Thích Tuệ Sỹ   (Việt Nam)

CHÁNH THƯ KÝ:
HT Thích Như Điển   (Đức)

PHÓ THƯ KÝ:
HT Thích Nguyên Siêu   (Hoa Kỳ),
HT Thích Bổn Đạt   (Canada)

THÀNH VIÊN:
Âu châu: HT Thích Quảng Hiền (Thụy Sĩ), HT Thích Minh Giác (Hòa Lan), TT Thích Thông Trí (Hòa Lan), TT Thích Nguyên Lộc (Pháp)
Úc châu: HT Thích Minh Hiếu, TT Thích Tâm Minh
Hoa Kỳ: HT Thích Nhật Huệ, TT Thích Từ Lực

---

* Cập nhật ngày 08.05.2022.

BAN PHIÊN DỊCH & TRƯỚC TÁC:
Cố Vấn kiêm Trưởng Ban: HT Thích Tuệ Sỹ (Việt Nam)
Phó Ban: HT Thích Thiện Quang (Canada)
Phụ Tá: TT Thích Như Tú (Thụy Sĩ)
Thư Ký: ĐĐ Thích Hạnh Giới (Đức)
Ban Viên: ĐĐ Thích Thanh An (Tích Lan), NT Thích Nữ Giới Châu (Hoa Kỳ), NS Thích Nữ Quảng Trạm (Pháp), SC Thích Nữ Giác Anh (Úc), CS Hạnh Cơ (Canada)

BAN TRUYỀN BÁ GIÁO LÝ:
Cố vấn: Trưởng lão HT Thích Thắng Hoan (Hoa Kỳ)
Trưởng Ban: HT Thích Nguyên Siêu (Hoa Kỳ)
Phó Ban: HT Thích Bổn Đạt (Canada)
Phó Ban: HT Thích Trường Sanh (Úc châu)
Phó Ban: HT Thích Tâm Huệ (Âu châu)
Phó Ban: TT Thích Thiện Duyên (Hoa Kỳ)
Thư Ký: TT Thích Hạnh Tấn (Đức)
Ban Viên: HT Thích Nhựt Huệ (Hoa Kỳ), TT Thích Hoằng Khai (Na Uy), TT Thích Giác Tín (Úc Châu), TT Thích Thiện Duyên (Hoa Kỳ), TT Thích Thiện Long (Hoa Kỳ), TT Thích Thiện Trí (Hoa Kỳ), TT Thích Đạo Tỉnh (Hoa Kỳ), TT Thích Chúc Đại (Hoa Kỳ), SC Thích Thông Niệm (Canada), SC Thích Tịnh Nghiêm (Hoa Kỳ), v.v…

BAN BÁO CHÍ & XUẤT BẢN:

Trưởng Ban: TT Thích Nguyên Tạng (Úc)
Phó Ban: TT Thích Hạnh Tuệ,
CS Tâm Quang Vĩnh Hảo (Hoa Kỳ)
Thư Ký: CS Tâm Thường Định Bạch Xuân Phẻ (Hoa Kỳ)
Ban Viên: CS Tâm Huy Huỳnh Kim Quang (Hoa Kỳ), CS Quảng Tường Lưu Tường Quang (Úc), CS Nguyên Đạo Văn Công Tuấn (Đức), CS Nguyên Trí Nguyễn Hòa/Phù Vân (Đức), CS Quảng Trà Nguyễn Thanh Huy (Hoa Kỳ), CS Quảng Anh Lê Ngọc Hân (Úc), CS Thanh Phi Nguyễn Ngọc Yến (Úc)

BAN BẢO TRỢ:

Cố Vấn: TT Thích Trường Phước (Canada)
Trưởng Ban: TT Thích Tâm Hòa (Canada)
Phó Ban Úc Châu: TT Thích Tâm Phương (Úc)
Phó Ban Âu Châu: TT Thích Quảng Đạo (Pháp),
NT Thích Nữ Diệu Phước (Đức),
NS Thích Nữ Huệ Châu (Đức)
Phó Ban Châu Mỹ: NS Thích Nữ Diệu Tánh (Hoa Kỳ),
TT Thích Thường Tịnh (Hoa Kỳ)
Phụ Tá: ĐĐ Thích Thông Giới (Canada),
SC Thích Nữ Thông Tịnh (Canada)
Thủ Quỹ: NS Thích Nữ Bảo Quang (Canada)
Thư Ký: NS Thích Nữ Đức Nghiêm (Canada)

HỘI ẤN HÀNH ĐẠI TẠNG KINH VIỆT NAM
VIETNAM TRIPITAKA FOUNDATION
(trực thuộc Hội Đồng Hoằng Pháp)

Hội trưởng: HT Thích Nguyên Siêu
Thư ký: TT Thích Hạnh Tuệ
Thủ quỹ: CS Tâm Quang Vĩnh Hảo

Ban Ấn hành:
Trưởng Ban: TT Thích Hạnh Viên
Phó Ban: CS Nguyên Đạo Văn Công Tuấn
               - Đặc trách Phát hành:
               NS Thích Nữ Quảng Trạm
               - Đặc trách Ấn loát:
               CS Tâm Thường Định Bạch Xuân Phẻ,
               CS Nhuận Pháp Trần Nguyễn Nhị Lâm
               - Đặc trách Kỹ thuật:
               CS Quảng Pháp Trần Minh Triết,
               CS Quảng Hạnh Tuệ Nguyễn Lê Trung Hiếu

◻ **Liên lạc thỉnh Đại Tạng Kinh:**

NS Thích Nữ Quảng Trạm
Tổ Đình Khánh Anh (Bagneux)
14 Avenue Henri Barbusse, 92220 Bagneux - France
Tel.: +33 609 09 01 19
Email: hdhp.inan@gmail.com

Ghi chú các chữ viết tắt: HT=Hòa thượng; TT=Thượng tọa; ĐĐ: Đại đức; NT=Ni trưởng; NS=Ni sư; SC=Sư cô; CS=Cư sĩ.

Liên lạc HỘI ĐỒNG HOẰNG PHÁP

Hòa thượng Thích Như Điển, Chánh Thư Ký, HĐHP
Chùa Viên Giác. Karlsruher Str. 6, 30519 Hannover, Germany
Website: www.hoangphap.org; Email: hdhp.ctk@gmail.com;
Tel: + 49 511 879 630

Thượng tọa Thích Nguyên Tạng,
Trưởng ban Báo Chí & Xuất Bản, HĐHP
Tu Viện Quảng Đức, 105 Lynch Road, Fawkner, Vic.3060 Australia
Website: www.hoangphap.org; Email: hdhp.bbc@gmail.com;
Tel: +61 481 169 631

Thượng tọa Thích Tâm Hòa, Trưởng ban Bảo Trợ, HĐHP
Trung Tâm Văn Hóa Phật Giáo Pháp Vân, Ontario, Canada
420 Traders Blvd E, Mississauga, ON L4Z 1W7, Canada
Website: www.phapvan.ca; Email: thichtamhoa@gmail.com
Tel: +1 905-712-8809

Liên lạc thỉnh ĐẠI TẠNG KINH

Ni Sư Thích Nữ Quảng Trạm - Tổ Đình Khánh Anh (Bagneux)
14 Avenue Henri Barbusse, 92220 Bagneux- France
Tel.: +33 609 09 01 19 - Email: hdhp.inan@gmail.com

www.ingramcontent.com/pod-product-compliance
Lightning Source LLC
Chambersburg PA
CBHW070320010526
44107CB00004B/364